आर्टोग्राफी

लग्नाची फोटो गोष्ट

अर्चना देशपांडे-जोशी

डायमंड पब्लिकेशन्स

आर्टोग्राफी : लग्नाची फोटो गोष्ट
अर्चना देशपांडे-जोशी

Artography : Lagnachi Photo Goshta
Archana Deshpande-Joshi

प्रथम आवृत्ती : सप्टेंबर, २०१६

ISBN : 978-81-8483-698-1

© अर्चना देशपांडे-जोशी

मुखपृष्ठ
शाम भालेकर

अक्षरजुळणी
डायमंड पब्लिकेशन्स, पुणे

प्रकाशक
डायमंड पब्लिकेशन्स
२६४/३ शनिवार पेठ, ३०२ अनुग्रह अपार्टमेंट
ओंकारेश्वर मंदिराजवळ, पुणे-४११ ०३०
☎ ०२०-२४४५२३८७, २४४६६६४२
info@diamondbookspune.com

ऑनलाईन पुस्तक खरेदीसाठी भेट द्या
www.diamondbookspune.com

प्रमुख वितरक
डायमंड बुक डेपो
६६१ नारायण पेठ, अप्पा बळवंत चौक
पुणे-४११ ०३० ☎ ०२०-२४४८०६७७

प्रस्तावना

लग्नाची फोटोगोष्ट हा एक आगळावेगळा विषय कोणी पुस्तक रूपात मांडला नव्हता. असे काही लग्नाच्या फोटोग्राफीत करता येईल असा विचारच करायची आवश्यकता कदाचित कोणाला वाटली नव्हती. संख्या वाढली की गुणात्मक दर्जा घसरतो. तंत्र सोपे झाले की मेहनत घेणे, वैचारिक दृष्टिकोनातून निर्मिती करणे याचा कल कमी होतो. योग्य वेळी एक नवा विचार एका वेगळ्या पद्धतीने मांडणाऱ्या आर्टोग्राफी-लग्नाची फोटोगोष्ट, या पुस्तकाची प्रस्तावना लिहिताना जे समाधान मिळत आहे, त्यासाठी शब्दांची कसरत करावी लागली नाही.

फार पूर्वी फोटोग्राफीसाठी कॅमेरा उपलब्ध होणे हा एक कठीण प्रश्न होता. फोटोग्राफी शिकवणे हे तसे सर्वमान्य नव्हते. शिकण्याची इच्छा असणाऱ्यांनी आपल्या आपल्या पद्धतीने ही कला आत्मसात केली. फॅशन आणि ग्लॅमर या विषयांनी तिचे महत्त्व जास्त अधोरेखित केले. विवाह समारंभाची फोटोग्राफी ही कला म्हणून कधीच बघितली गेली नाही. जगात कुठेही कोणत्याही पद्धतीने विवाह केला, तरी वर-वधू नंतर फोटोग्राफीची आवश्यकता वादातीत आहे. लग्नाच्या नोंदणीचा पुरावा म्हणून फोटोग्राफी यापलीकडे कोणी त्याचा विचार केल्याचे दिसत नाही. पोट भरण्याचे एक सहज उपलब्ध साधन म्हणूनच या व्यवसायाकडे बघितले गेले. आजसुद्धा काही प्रमाणात परिस्थिती आहे तशीच आहे. अनेकांचे अॅलबम आणि व्हिडीओ कपाटात सुस्तावले आहेत. त्यात पुन्हा बघावे असे काही असते अशी शक्यता नाहीच्या बरोबर आहे.

फोटो अॅलबमच्या व्यवसायात मी कार्यरत होतो त्यामुळे भारतातील तसेच भारताबाहेरील फोटोग्राफीचे व्यावसाईक आणि फोटोग्राफर यांच्याशी माझा जवळून संबंध आला. विवाह समारंभाची फोटोग्राफी का आणि कशी असावी? यावर विचार संघर्ष सुरू केला होता. पण कोणालाच यात काही बदल व्हावा असे वाटले नव्हते. लग्नासाठी फोटोग्राफर उपलब्ध होणे फारसे कठीण काम नव्हते. पैसे पण मिळतायत आणि जेवूनखाऊन भर पगारी नोकरीचा पगारपण घेता येतो या विचारातून, अर्ध वेळ काम करणारे कामावर रजा टाकून वेडिंग फोटोग्राफर झाले.

वेडिंग फोटोग्राफी ही एक कला आहे हे मान्य करून ती साकार करण्याच्या कल्पनेला संधी देण्याचे पहिले श्रेय जाते डॉक्टर सौ. वृशाली डफळे-मोहिते यांना. दिनांक २ डिसेंबर २००३ रोजी, चेंबूर जिमखाना येथे 'वेडिंग डिझाईनर' या संकल्पनेचा श्रीगणेशा झाला. वेगवेगळ्या आय. एस. ओ. चे रोल वापरून एकंदर सहा कॅमेऱ्यांनी त्यांचे लग्न चित्रबद्ध केले. लगेच आसावरी परांजपे (दूरदर्शन कलाकार) यांच्या विवाहाचे चित्रण करण्याचा योग आला. 'अवसर' या विवाहसमारंभासाठी उपयुक्त गोष्टींच्या फेस्टीव्हलमध्ये पहिले वेडिंग फोटोग्राफी प्रदर्शन सादर करता आले. या प्रदर्शनाद्वारे देशात तसेच परदेशात वेडिंग डिझायनर ही संकल्पना पोचली. शुक्रवार दि. १५ ऑक्टोबर २००४ या दिवशी 'लोकसत्ता' या वर्तमानपत्राने लाईफ अँड स्टाईल या सदरातून या कलेला लोकमान्यता मिळवून दिली. लंडन स्थायिक सौ. अरविंदा आंबेकर-गोयल यांनी प्रथम या कलेला परदेशी घेऊन जाण्याचा मान त्यांच्या लग्नाचे चित्रण करण्याची संधी देत पटकावला. मिस्टर पिटर कूपर आणि सौ. कविता कूपर यांनी त्यांच्या विवाह समारंभाच्या केलेल्या चित्रीकरणाचे पत्र पाठवून कौतुक केले. ज्येष्ठ वकील सन्माननीय श्री. अधिक शिरोडकर यांनी सह्याद्री वाहिनीचे संचालक माननीय श्री. मुकेश शर्मा यांना या कलेची दखल घेण्याची विनंती केली. दूरदर्शनने 'विविधा' या कार्यक्रमाद्वारे वेडिंग डिझाईनर म्हणजे काय, हे दूरवर पोचवले आणि दूरदर्शन हे नाव सार्थ केले. कॅनन कंपनी आणि झी टी.व्ही. यांच्या प्रयत्नाने अनेक फोटोग्राफार्सना एकत्र घेऊन केलेल्या या कला प्रदर्शनाचे उद्घाटन आपले सर्वांचे आवडते फॅशन फोटोग्राफर श्री. गौतम राजाध्यक्ष यांनी सन्माननीय श्री. अधिक शिरोडकर, श्री. काकुभाई कोठारी आणि श्री. विशाल भेंडे यांच्या उपस्थितीत केले. वेडिंग फोटोग्राफी ही एक कला आहे यावर गौतम सरांनी शिक्कामोर्तब केले.

कलाकाराला शोधत कला येते असे म्हणतात त्याप्रमाणे कमर्शियल आर्टिस्ट सौ. अर्चना देशपांडे-जोशी यांची भेट हा एक योगायोग नक्कीच नव्हता. त्या फोटोग्राफी या विषयात संवेदनशील आहेत. वेडिंग फोटोग्राफीतील अर्थ त्यांना समजतो. मला भेटेपर्यंत त्यांनी या दिशेने खूप गोष्टी केल्या होत्या. न कंटाळता सतत प्रयत्न करत राहणे हा त्यांचा स्वभाव उत्तम कलाकार असण्यासाठी उपयुक्तच आहे. त्यांच्या नजरेत एक कलासक्त दृष्टी आहे. वेडिंग डिझाईनर या संकल्पनेवर चर्चा करत असताना त्या सहज बोलून गेल्या आपण या विषयावर पुस्तक केले तर? सोपे नव्हते पण अशक्यही नव्हते. फोटोग्राफी आता डिजिटल झाली आहे. त्याचा एक चांगला परिणाम कलाकृती साकारण्यासाठी होऊ शकतो. कॅमेऱ्यातून फोटो काढता येतो पण सॉफ्टवेअरशिवाय तो छान दिसू शकत नाही ही चुकीची कल्पना रुजत चालली आहे. फोटो काढणे सोपे झाले आहे.

यात कलेकडे लक्ष देण्यापेक्षा कारागिरीकडे कल अधिक होत आहे.

आपण काही वेगळे करावे या उद्देशाने आम्ही अपॅक ही, आर्ट, फोटोग्राफी, ॲडव्हेंचर आणि क्राफ्ट या विषयात शिकवणे आणि सेवा देणे, या उपक्रमाची निर्मिती केली. आर्टोग्राफी या नावाचा जन्म पण याच माध्यमातून झाला.

स्मार्ट फोटोग्राफी या मासिकाने - वेडिंग स्पेशल, नोव्हेंबर २०१४ या मासिकात आर्टोग्राफी या संकल्पनेची नोंद घेतली.

दूरदर्शनने १९ ऑगस्ट २०१५ रोजी जागतिक फोटोग्राफी दिनानिमित्त 'हॅलो सखी' या कार्यक्रमाद्वारे याची दखल घेतली.

लोकमत या दैनिकाने - हॅलो ठाणे या पुरवणीत ज्ञान विज्ञान विभागात 'आर्टोग्राफी'च्या गोष्टी प्रसिद्ध केल्या.

आर्टोग्राफी..... लग्नाची फोटोगोष्ट हे पुस्तक ज्यांचे यंदा कर्तव्य आहे त्यांच्यासाठी तसेच या विषयात काम करणाऱ्या समस्त फोटोग्राफर बंधू-भगिनींना उपयोगी ठरणार आहे.

सौ. अर्चना देशपांडे-जोशी यांनी या कल्पनेची मांडणी गोष्टीरूपात, सोप्या शब्दांत आणि सोबत दिलेल्या भावविभोर चित्रांमधून इतकी सहज केली आहे त्यासाठी त्यांचे कौतुक करावे तितके थोडे आहे. त्यांचे या विषयातील ज्ञान, उपजत कल्पना आणि दिग्दर्शनातली जाण थक्क करून जाते. विवाह समारंभाच्या फोटोग्राफीच्या कलाविश्वात हे पुस्तक एक ऐतिहासिक ठरेल असे इथे नमूद करणे आवश्यक आहे. लग्नाच्या फोटोग्राफीसाठी कला दिग्दर्शन करणाऱ्या त्या भारतातील पहिल्या कमर्शियल आर्टीस्ट आहेत, बहुतेक जगातीलसुद्धा. लहान लहान गोष्टीत फोटो काढण्यापूर्वी त्यांनी केलेला विचार, मांडणी यात सौंदर्यदृष्टी दिसून येते. त्यांच्या दिग्दर्शनाअंर्तगत आलेले फोटो आपल्याशी बोलतात.आर्टोग्राफी.... लग्नाची फोटोगोष्ट आपल्या सर्वांना उपयोगी तसेच मार्गदर्शक ठरेल यात शंकाच नाही.

विनायक पुराणिक
अपॅक
डायरेक्टर

आर्टोग्राफीची (फोष्ट) जन्मकथा

१९९४ सालची गोष्ट. डिप्लोमाचे शेवटचे वर्ष सुरू होते. माझ्या प्रोजेक्टसाठी विवाह समारंभ हा विषय होता. नातेवाईक-मित्रमंडळींकडे माझी शोधाशोध सुरू झाली. मला पटेल असा टेक्नीकली छान पण (आर्टीस्टीक) कल्पकतेने काढलेला असा फोटो कुठेच मिळाला नाही. एका विमान प्रवासात इंडीयन वेडिंग्ज या मासिकात मला तो सापडला. तोच मग मी माझ्या प्रोजेक्टमध्ये कॉपींग करून वापरला. नंतर काही वर्षांतच मला स्वतंत्रपणे शूट करण्यासाठी कराव्या लागणाऱ्या आयोजनाची संधी अॅडव्हरटायजींग मधून मिळाली. एकदा मनगटी घड्याळाचे कॅम्पेन होते. आग, पाणी आणि बर्फ असे बरेच काहीसे व्हिज्युयलमध्ये दाखवायचे होते. ती सगळी जबाबदारी माझ्यावरच होती. नावजलेले इंडस्ट्रियल फोटोग्राफर, अद्ययावत स्टुडिओ यांच्यासोबत काम करण्याचा अनुभव खूप शिकवून गेला. डिजिटल युग यायचे होते. त्या काळी पोलोराईड, ट्रान्स्परन्सी आणि शिवाय फोटो असे वेगवेगळे शूट करून त्रिसूत्री जमवावी लागत असे. आगीकरता छोटे फायरप्लेस मुद्दाम तयार केले होते, खोटे बर्फाचे रबरी तुकडे, ड्राय आईस असे बरेच सामान व तयारी केली होती. शूट छानच झाले व त्याची शाबासकीपण मिळाली. कला दिग्दर्शनात ईव्हेंट्स, सेट्स डिझाईनिंग अशी कामे करताकरता दिवस कसे जात होते ते समजत नव्हते. कालाय तस्मै नमः माझे लग्न ठरले होते. मी स्वतःच्या हाताने पडदे, चादरी-अभ्रे रंगवले. सुंदरसे रुखवत बनवले, माझ्याच कलाकार मैत्रिणीने मेंदी रेखाटली.... चार-पाच दिवस आधीच माझी तयारी पूर्ण झाली होती. फोटो आणि व्हिडीओ मी मैत्रिणीच्याच भावाकडे दिले होते. वेडिंग फोटोग्राफीमध्ये त्यांचे नाव खूपच मोठे होते त्यामुळे मी आश्वस्त होते.. त्यांना सासरची मंडळीपण परिचयाची होती सगळी दोन्हीकडून. साधारण त्यांनीच फोटो काढायचे ठरले होते. महिन्यानंतर दोन आवळेजावळे लग्नाचे अॅलबम मिळाले. माझा भ्रमनिरास झाला होता.... पूर्वतयारी आणि गृहपाठ केलेला कुठेच दिसत नव्हता. डेकोरेशन, लाईट्स, लोकेशन यांचा नीट अभ्यास न केल्याने होत्याचे नव्हते झाले होते. त्याचवेळी लक्षात आले या क्षेत्रात खूप वाव आहे. चांगले आणि पद्धतशीर काम केले, तर एक नवीन संकल्पना साकारता येऊ शकते. घरातच नणंदेच्या लग्नात त्याची मी सुरुवातच केली. इच्छा असली की मार्ग सापडतो. याच

संकल्पनेला अनुसरून कार्यरत असलेले श्री. विनायक पुराणिक यांची एका फोटो अॅलबमच्या निमित्ताने भेट झाली. विचार जुळले आणि अपॅक ही संस्था रजिस्टर झाली. त्यांनी दिग्दर्शित केलेला सौ. अरविंदा आंबेकर-गोयल यांच्या लग्नाचा फोटो अॅलबम मला केवळ थक्क करून गेला. तिच्या जन्मापासून ते विवाहापर्यंतचा तो जीवनपटच होता. ती पहिल्यांदा बसलेली, रांगताना, उभी राहताना, पहिला आलेला दात, शाळेची सुरुवात आणि पहिल्यांदा नेसलेली साडी...

सर्व-सर्व त्या अॅलबममध्ये सामावले होते. मुलीचे लग्न म्हणजे तिचा पुनर्जन्मच असतो. आंतरजातीय विवाह असेल, तर बदलते चित्र असते. राहणीमान, खाणे-पिणे, संस्कार सगळेच काहीसे वेगळे असते. तिच्या भावविश्वाचा बदलता आरसा आपल्याला चितारायचा असतो. गृहपाठ पक्का हवा. तिच्या आवडीनिवडी, इच्छा आकांक्षांचा आदर करून वाडवडिलांचापण मान ठेवावा लागतो. सुंदर कलाकृती निर्माण करताना खर्चाचेपण भान ठेवावे लागते. हे काम आव्हानात्मक आहे. बदलणारे मार्केट, स्पर्धा, समज-गैरसमज यातून नवीन संकल्पना सर्वांना समजावणे आवश्यक असते. हे काम करत असताना आलेले अनुभव मी या आर्टोग्राफी : लग्नाची फोटोगोष्ट- या माझ्या पहिल्या पुस्तकाद्वारे आपल्यापुढे सादर करत आहे. अपॅकला कलासादरीकरणाची अनुमती देणारे तसेच असे पुस्तक लिहावे ही प्रेरणा देणारे आमचे सर्व अपॅक कुटुंबीय, अपॅक इन्स्टिट्यूटचे विद्यार्थी आणि मार्गदर्शन करणाऱ्या सगळ्यांकरिता मी हे माझे प्रथमपुष्प अर्पण करीत आहे. लग्नाची फोटोग्राफी ही एक कला आहे याची जाणीव वाचकांना होईल आणि त्यासाठी हे पुस्तक मार्गदर्शक ठरावे ही अपेक्षा.....

सौ. अर्चना देशपांडे-जोशी
कला दिग्दर्शिका (वेडिंग फोटोग्राफी)
अपॅक
अहिल्या १६-बी, घंटाळी देवी मंदिर रोड
नौपाडा, ठाणे (प.) ४०० ६०२.

अभिप्राय

Wedding Photography is an art

I believe that wedding photography is a combination of art and skill together.

With advent of Digital photography and availability of state of art software's.

There have been many challenging avenues in the field of wedding craft. In present times when every person owns a mobile camera, the field of Wedding photography needs more of an art than science. Today photographers create excellent compositions as well get lot of emotional and candid content in their images using latest facilities available with DSLrs. The client normally gets lot of satisfaction with splendid albums and with variety of designs. Same has been applicable to videography.

In fact today wedding photography has designers touch with input of several photographers to produce excellent comprehensive outputs. Achieving these results in most complex and ever changing scenario with preproduction and main shoots one needs supremacy in art. APAC is pioneer of ARTOGRAPHY.

Mr. Vishal Bhende
Director,
Symbiosis School of photography
Lavale, Pune

Mr. Satish Ambekar & Mrs.Arvinda Ambekar Goel - U. K.

The organisation known as APAC Artography is consistently enthusiastic in approaching excellence in photography as an Artform. All students are allowed to capture any images they perceive to look good, and are allowed to contribute and hence enhance the teaching of the organisation. This inspires budding hobbyists, professionals and those willing to explore any latent skills. I have attended their gatherings where world famous photographers even have discussed their expertise. Their regular competitions are waterholes that attract persons of varying background, whose contributions have never failed to teach me about how this Artform brings to fore some wonderful hidden skills amongst people of all ages and background. My family members have experienced APAC's professional skills in three family weddings. Their meticulous preparation is to me a byword for excellence. A true test of this is when unpredictable situations arise and these are resolved without panic, in a cool calm and collected manner. APAC Artography is an impressive organisation succeeding through hard work and determination and always open to new ideas.

APAC introduced us to a new dimension of photography. It changed the way we looked at photographs. Not only do they capture moments...they create stories through them. Years after when you take a look at them they simply take you back to the moment. Our association with APAC goes back many years, when Artography as a concept was very nascent. For me there was no other name that could be entrusted with bringing out the essence of every celebration my family has, and will have. The meticulousness, personal involvement and precision with which APAC handles events are remarkable.

I would like to specially acknowledge their presence of mind and expertise in seamlessly handling last minute glitches.

Mrs. Shalaka Wandrekar, Home maker

Mr & Mrs P P Cooper
54 Ryedale
East Dulwich
London
SE22 0QL
ENGLAND

Tel: +44 (0)20 8299 9040
Email: peterpcooper@hotmail.co.uk

31 October 2007

Dear Mr Puranik

We want to convey our warmest thanks to you and the team for helping to make our wedding the event of a lifetime!

With so many friends travelling from around the world, we wanted our photographs and DVD to be something special; you delivered well beyond our expectation.

From start to finish it was a painless and professional experience: You listened carefully and intently to what we wanted and demonstrated clearly how you would deliver. On the four days of the wedding, your team were excellent at blending in and the resulting natural photographs are now treasured memories & much in demand by our friends and family.

We were particularly impressed with the extremely high quality results of the personalised albums and, moreover, the speed at which they were completed after the wedding - less than two weeks to create four albums and 5 DVDs! This is a service we would not get in England.

We have no hesitation in recommending your services to anyone and gladly offer this letter as proof of our delight with Memento.

We hope that in the future we have cause to use your services again. We wish you and the team best of luck for the future and hope we will meet again soon.

Yours gratefully and with best wishes

Peter and Kavita Cooper

P.S. We loved you pictures so much we used one for the cover of our Thank You cards to friends and family and we've included one for you to see.

दहा

ARTOGRAPHY : The art of capturing the *Emotions, Feelings, Expressions* of a person or living being or the nature when at its best and at the perfect moment. The person capturing such a picture is bound to be an artist, because a good Photographer has to have the following qualities – *Art, Hard Work and Patience.* Only then one can have a Picture perfect. A book "Artography- Lagnachi photo goshta" helps us to understand the importance of art in wedding photography by viewing interesting small real stories.

PHOTOGRAPHY is not merely documentation. It has to capture the moment at the right spot, right angle so much so as to make the picture come out alive and the person watching the picture is able to relive the exact incident. Placement of the Cameras, Editing also forms an extremely important part of the process. Today in the world of ever increasing innovations in technology and modern equipments (Camera Videos), the man behind the instruments only has the capability to produce such work of Art. Author Mrs. Archana Deshpande Joshi is sharing her experience in photography field of wedding. The photograph referred with the story gives us a direct vision to understand the art in photography. This book is more helpful for those who are on threshold of marriage and starting a new life.

Mr. Jayant Vaidya, Architect

"ऑटोग्राफी"च्या निमित्ताने :-

जवळजवळ पंधरा वर्षांपूर्वी माझ्या एका मैत्रिणीच्या लग्नात माझी 'विनायक पुराणिक' नावाच्या एका फोटोग्राफर सद्गृहस्थांशी ओळख झाली. तोपर्यंत Wedding Photography म्हणजे काय, ते मला माहित नव्हतं. तिच्या लग्नाचा अल्बम पाहिला आणि चकित झाले. एखाद्या लग्नाचे फोटो इतके बोलके आणि सुंदर असू शकतात हे मला पहिल्यांदाच कळलं. अल्बममध्ये बंद असणाऱ्या त्या आठवणी आजही तितक्याच जिवंत वाटतात. आजही ते फोटो तितक्याच उत्साहाने पाहिले जातात.

याचं श्रेय अर्थातच फोटोग्राफर आणि त्यांच्या 'vision' ला द्यायला हवं. तेव्हापासून 'Wedding Photography' विषयीचं माझं कुतूहल आणि आदर वाढला असं म्हणायला हरकत नाही.

— कादंबरी कदम.

मुंबई
२२ जानेवारी २०१५

श्री.विनायक पुराणिक व सौ.अर्चनास
सप्रेम नमस्कार!

काही माणसे आपल्याला सहेतुक भेटतात तर काही अचानक योगायोगाने! आपली भेट ही अशीच योगायोगाने घडली. माझ्या एकुलत्या एक मुलाच्या साखरपुड्याचे फोटो काढण्याचे काम कोणाला द्यायचे याविषयी चर्चा सुरू झाली आणि माझी विहीण एकाच नावाशी ठाम होती आणि ते म्हणजे तुमचे! याआधी त्यांच्याच घरी मी तुमचे नाव ऐकले होते.

नंतर मात्र त्यांनीच पुढाकार घेऊन आपली भेट घडवून आणली. तुमचे presentation पाहिले आणि त्यात एकच गोष्ट प्रकर्षाने जाणवली म्हणजे तुमची आत्मीयता! प्रत्येक सोहळा जणू आपलाच आहे अशा पद्धतीने त्याचे वर्णन तुम्ही करत होतात. ती बाब खूपच सुखावून गेली. नाहीतर आजच्या 'I don't care'च्या जगात ही गोष्ट किती दुर्मीळ आहे याचा अनुभव पदोपदी आपण घेतच असतो! त्यामुळे मनोमन माझा तुम्हालाच काम देण्याचा निश्चय पक्का झाला. २६ डिसेंबरला जेव्हा मी आणि माझा मुलगा चि.सिद्धार्थ 'सावरकर प्रतिष्ठानच्या' lawns वर आलो, तेव्हाच जाणवले की आपला निर्णय चुकीचा नव्हता. माझे photo तुम्ही काढलेत व मला म्हणालात 'तुमचा चेहरा photogenic आहे' आणि कॅमेराच्या window त माझे photo दाखवलेत. त्यावर माझा मुलगा तुम्हाला म्हणाला, 'काका, आईचे photo छानच येतात पण माझे कधीच नाहीत!' त्यावर तुम्ही त्याला त्याचेही photo दाखवलेत आणि तो अवाकच झाला. इतके सुंदर फोटो आले होते ते! त्याच्या चेहऱ्यातली निरागसता आणि त्याचे निर्व्याज हास्य तुम्ही इतके सुंदर टिपले होते. आजपर्यंत सगळे त्याला त्याच्या हास्यासाठी compliments द्यायचे परंतु ते कॅमेराबंद तुम्ही केलेत!

माझ्या होणाऱ्या सुनेविषयी मी काय बोलू? Shoot her from any angle and she is beautiful! पण सिद्धार्थची आणि तिची chemistry photo मधून

perfect जाणवते. हे photo म्हणजे एक जिवंत कल्पनाचित्रच आहे. दोघांचे असणारे एकमेकांवरचे प्रेम प्रत्येक photo जिवंत करते त्यासाठी hats off! ते फोटो जणू एक कथाच उलगडून दाखवतात. एक निरागस सुंदर आविष्कार!

फोटोतली प्रत्येक व्यक्ती आपल्याशी बोलत्येय असेच वाटतेय!

पुन्हा एकदा तुमचे आणि तुमच्या सर्व APAC teamचे कौतुक आणि आभार! पुन्हा अर्थातच आपण योगायोगाने नाही तर मुद्दामच भेटू! आता लग्नाचे फोटो काढण्याची जबाबदारी APAC शिवाय कोणाला देणार?

धन्यवाद!

नीता गोडबोले
शिक्षिका.

लग्नाची रेशीमगाठ बांधताना मनात अनेक भावनांचा कल्लोळ असतो... माहेर सोडतानाचे दुःख... नव्या आयुष्याची हुरहुर... आणि त्या लग्नाच्या दिवसाची उत्सुकता... त्या दिवसाची तयारी कितीही आधी सुरू केली, तरी ऐनवेळी होणारा गोंधळ, धावपळ सगळी धमाल असते... हे सगळे अविस्मरणीय अनुभव आयुष्यातल्या आठवणी असतात... माझ्या लग्नाच्या काही दिवस आधी केवळ योगायोगाने फोटोग्राफीची ही वेगळी कल्पना मला समजली. ती इतकी छान माझ्यासमोर मांडली की मी वडिलांशी बोलून ती प्रत्यक्षात आणायचे नक्की केले. आमच्या दोघांचेच नाही तर घरच्या सगळ्यांचेच भाव आणि भावना त्यांनी इतक्या सहजतेने टिपली आहे, की त्यातील उत्कटता आजपण ॲलबम बघताना तेच क्षण पुन्हा जगतो आहोत असे जाणवते. काही फोटो तर अगदी बक्षीसपात्र आहेत. आपण काही क्षण बांधून ठेवू शकत नसलो, तरी फोटोच्या स्वरूपात ते आपल्या जवळ राहतात.... आणि ही आठवणींची पोतडी उघडली की ते क्षण फुलपाखरू होऊन भोवती आनंदाची उधळण करत फिरतात...

– डॉ. वृषाली डफळे-मोहिते

आभार...

लग्नाची फोटोग्राफी कशी असावी आणि फोटोग्राफी कशी शिकावी या विषयांचा अभ्यास आणि त्यावर केलेल्या कामाची सुरुवात २००३ या वर्षी सुरू झाली. ही कल्पना मूळ धरून होती तब्बल १९७६ पासून. 'अपॅक'ची निर्मिती ही त्याचीच फलश्रुती आहे. पंचम सूर लागतील आता अपॅकला. चार पूर्ण होत आहेत. 'अपॅक'चा वाढदिवस १ जानेवारी. सारे नववर्षाच्या आनंदासोबत जग साजरे करतात. आर्ट, फोटोग्राफी, ॲडव्हेंचर आणि क्राफ्ट या ६४ कलांतील चार कलांमध्ये ट्रेनिंग आणि सर्व्हिस देणे हे अपॅकचे कर्तव्यच आहे. त्यातून जन्माला आली ही पासष्टावी कला आर्टोग्राफी. ही संकल्पना अपॅकची निर्मिती आहे.

आभार मानायचे नसतात पण मान मात्र दिलाच पाहिजे. ज्यांच्यामुळे अपॅकची प्रगती होत आहे. अजून खूप पल्ला गाठायचा आहे. सर्व विश्वात अपॅकचे काम न्यायचे आहे. आजपर्यंत ज्यांच्यासाठी ही कला साकारली, त्यांना आम्ही आमचे क्लायंट कधीच समजलो नाही समजणार नाही. ते आहेत सारे आहे अपॅकचे आपले कुटुंबीय. नावे सांगत गेले तर पाने कमी पडतील. या आमच्या कुटुंबीयांनी आम्हाला काय नाही दिल? कौतुक, प्रोत्साहन, सूचना, सहकार्य सगळे काही भरभरून मिळाले अपॅकला. 'अपॅक'च्या संकल्पना खूप अमर्यादित आहेत आणि आपल्या सगळ्यांच्या सहकार्याने त्या साकार होतील यात शंकाच नाही.

वेडिंग फोटोग्राफी या कलेला जगात एक मानाचे स्थान मिळवून देण्यासाठी प्रयत्न करणे हे अपॅकचे व्रत आहे. आपल्यापैकी कोणीही हे व्रत घेण्यास तयार असेल तर त्यांच्यासाठी अपॅकचे दरवाजे २४ x ३६५ मोकळे आहेत.

फोटोग्राफी शिकायची नसते तर ती समाजायची असते. फोटो हा एक विचार असतो ते चित्र नसते. या अपॅकच्या संकल्पनेला आठ वर्षांच्या मुलापासून ते ७२ वर्षांच्या मुलापर्यंत अनेक विद्यार्थ्यांनी आपलेसे केले. सर, मॅडम आज आम्हाला समजले फोटोग्राफी करायची नसते. यात सिम्बॉयसीसच्या विद्यार्थ्यांपासून ते महाराष्ट्र टाईम्स कल्चरल क्लबचे मेंबर तर आहेतच याशिवाय अनेक क्लब, संस्था, ब्यूटी पार्लर्स आणि अर्थातच अपॅक इन्स्टिट्यूटचे सारे विद्यार्थी.

खास उल्लेख करावासा वाटतो आमच्याकडे शिकून गेलेल्या विद्यार्थ्यांचा. इनडोअर, आऊटडोअर तसेच वाईल्ड लाईफ फोटोग्राफी यात त्यांनी शिकून जे यश संपादन केले, त्यासाठी त्यांचे कौतुक. या कामात विशेष सहकार्य लाभले त्या सर्वांचे विशेष आभार.

फोटोफ्राय ही फोटोग्राफी स्पर्धा, ज्यात सर्वांचा सहभाग असेल. आणि त्यांनीच भरवलेले आणि साकारलेले हे प्रदर्शन वर्षातून दोन वेळा साकारण्याचा अ‍ॅपॅकचा मानस आहे. अपॅकच्या कामाची दखल वेळोवेळी घेऊन या वेडिंग आर्टोग्राफी संकल्पनेला समाज माध्यम करणारे प्रसार माध्यम त्यांचे अपॅक आभारी आहे. लोकसत्ता, महाराष्ट्र टाइम्स, पुढारी, स्मार्ट फोटोग्राफी, लोकप्रभा, सह्याद्री वाहिनी, ए.बी.पी. माझा, आकाशवाणी, सकाळ, स्टार माझा, लोकमत किती नावे घ्यावी ज्यांनी वेडिंग आर्टोग्राफी या नव संकल्पनेचे स्वागत करून मान्यताप्राप्त केले आणि आपल्याला त्याची माहिती करून दिली. अ‍ॅपॅक त्या सर्वांना विनम्र अभिवादन करत आहे.

'अपॅक'च्या होत असलेल्या प्रगतीत नि वाटचालीत अपॅकसोबत असणारे कलाकार, फोटोग्राफर, कलर लॅब्स, अ‍ॅलबम बनवणारे आणि एफ.बी.वर लाईक्स देऊन उत्साहात भर घालणारे, सारे मित्र-मैत्रिणी, डेकोरेटर्स, मेकअप आर्टिस्ट, ईव्हेंट मॅनेजर्स आणि सगळेसगळे ज्ञात आणि अज्ञात सारे हितचिंतक.

अपॅक त्यांची ऋणी आहे.

आपल्या सूचना, संकल्पना, तक्रारी, अभिनंदन यांचे अपॅक नेहमीच स्वागत करेल. फक्त महिलांनी एकत्र येऊन फोटोग्राफीचा व्यवसाय करावा हे एक अपॅकचे स्वप्न आहे. आपल्याला यात सहभागी व्हायचे असेल, तर आपण वेळ घेऊन प्रत्यक्ष भेटू शकता.

आर्टोग्राफी या विषयांवर अपॅकतर्फे लग्नाची फोटोग्राफी कशी असावी व कशी नसावी यासाठी सोसायट्या, क्लब, ग्रूप्स, शाळा कॉलेज, ब्यूटी पार्लर्स आणि विवाह संस्था यांच्यासाठी विनामूल्य चर्चासत्राचे आयोजन केले जाते.

APAC
Art Photography Adventure Craft
TRAINING & SERVICES
७ देवी दर्शन, तळ मजला
नौपाडा, ठाणे (प.) ४०० ६०२
apac64kala@gmail.com
apacinstitute@gmail.com
www.apackala.com
www.apacphotofry.com

अनुक्रम

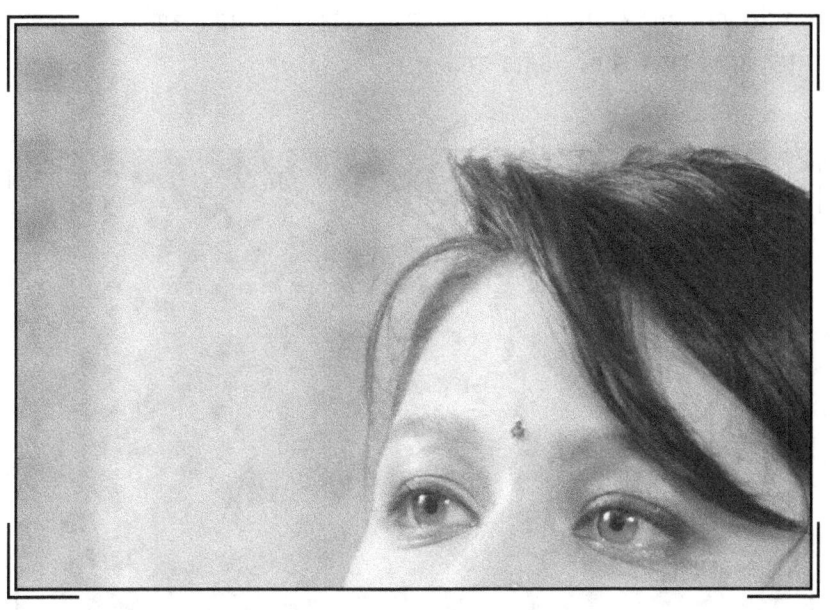

१. आर्टोग्राफी

लग्नगाठी स्वर्गात बांधलेल्या असल्या, तरी साजऱ्या मात्र पृथ्वीवर होतात. आठवणी जपून ठेवण्याचा मार्ग म्हणजे फोटोग्राफीचा छंद. विवाह आणि त्याचे चित्रण ह्या एकाच नाण्याच्या दोन बाजू आहेत. विवाह समारंभाच्या एका फोटो प्रदर्शनात घडलेली ही खरीखुरी गोष्ट.

फोटो गॅलरी बघून सगळे मंत्रमुग्ध झाले होते.

एक छान मुलगी प्रत्येक गोष्ट बारकाईने बघत होती. किमान तीन तीन वेळा परतपरत फिरून ती या फोटोंजवळ येऊन थांबत होती. तिच्या एकंदर वागण्यातून नि अभ्यासू नजरेतून समजत होते ती इथली नाही पण भारतीय आहे हे नक्की. फोटोंचे निरीक्षण करत ती हळूच माझ्याकडे बघत होती. काहीतरी जाणून घेण्याची उत्सुकता तिच्या डोळ्यांत दिसत होती. मलाच राहवले नाही. मी तिला विचारले, ''आपल्याला फोटोग्राफीची आवड आहे का?''

ती छान हसली आणि म्हणाली, "हो हो.."

"मला फोटो वाचायला आणि समजून घ्यायला आवडतात. चित्रांशी मला बोलायला आवडते आणि तीपण माझ्याशी संवाद साधतात. आज मात्र मी मोहरून गेले आहे. मोहक रूपातले ते मोहक हसणे मी अनुभवते आहे. इतके छान फोटो येणे हे कसे शक्य आहे? असा प्रश्न पडलाय मला. फोटोग्राफी आणि आर्ट यांचा इतका सुरेख आणि सुरेल संगम. केवळ अप्रतिम..!"

लग्नाच्या फोटोत भावनांचा एक सुखद जीवनपट उलगडायला हवा. हातात घेतलेले हात खात्री देत आहेत की हा हात नसून ती साथ आहे, हे त्या फोटोत जाणवले पाहिजे. तिच्या कानात तो नाव सांगताना असे वाटले पाहिजे की तो गुपितच सांगतोय जगण्याच्या पटावरील बुद्धिबळाचे. पावले मागोमाग सहज साथ संगतीने पडत असताना सात पावलांवर सारी सुखे हळूहळू जवळ येत आहेत असा ठामपणा सप्तपदीत हवा. हळवे होते मन त्या दिवशी माता-पित्यांचे. कन्या करात देताना माउलीला आठवतात बोबडे बोल... 'आई, मला साली नेसायचीय....'

मी भानावर आले ते तिच्या प्रश्नाने. 'या कलेला काही नाव ठरवले आहे का?'

"हं काय? नाव? नाही ठरवलं अजून."

"तूच सूचव ना."

"आर्टोग्राफी!" ती सहज बोलून गेली. "भावनेला शब्द नसतात, असते ते फक्त अस्तित्व. लाजणे, हसणे, मुरडणे, गालावरच्या खळीत बुडून जाणे. सुखाश्रुंनी भरून आलेले नयन, बोलणारे डोळे, काटा सरसरतो अंगावरून. काहीच सूचत नाही अशा वेळी. माझ्या त्या मोहरून जाण्याच्या दिवशी असेच घडणार असेल ना? टिपता येतील का ते सारे क्षण अगदी असेच? आपण सांगाल तसे सारे आयोजन करता येईल. आवश्यक वाटणाऱ्या गोष्टींची यादी दिलीत तर बरे होईल. खऱ्याखुऱ्या क्षणांना असेच चिरंजीव केलेले बघायला आवडेल मला."

आज ७-८ वर्षांनंतर आठवण झाली त्या प्रत्येक क्षणांची. आज मात्र ती समोर बसली होती नि म्हणाली, "आता माझ्या बहिणीचे लग्न आहे आणि ....."

मला आठवले, मी तिला सहज बोलले होते,

"I can did you can did that is not CANDID"

काय नाते होते आमचे! एक फोटोग्राफर? नाही आर्टोग्राफर. छे... त्याही पलीकडचे नाते. युगा युगांतरीचे. मी फक्त तिच्याकडे बघितले नि दोघी खळखळून हसलो.

२. प्रतिबिंब

फोटो म्हणजे काय?

एक फक्त आठवण की आठवणींचेच प्रतिबिंब?

आयुष्यातील प्रत्येक क्षण साठवून असतात आपल्या ॲलबममध्ये फोटोच्या रूपाने. तो ॲलबम आयुष्यभर आपल्या वेगवेगळ्या अविस्मरणीय क्षणांची आठवण करून देत असतो. त्या कधी कवटाळून ठेवत असतो, कधी त्या आठवणींवर झोकेही घेत असतो...

फोटो ॲलबम या विषयावर माझी मैत्रीण भरभरून बोलत होती. ती गेल्यानंतर तिच्या लग्नातील ते प्रसंग आठवले. शब्दांमधून मांडताना तसेच्या तसे समोर उभे राहिले.

सकाळी त्यालाच बघून सुरुवात होते दिवसाची. आंघोळीच्या पाण्यात दिसते, नि मग दिवसभर दिसतच राहते. कधीच खोटे बोलत नाही. त्यात काही उणे असलेले

आपल्याला चालत नाही. प्रत्येकाला ते निर्मळ नि सुंदरच दिसायला हवे असते. कोणाचे कुठे आणि कसे पडेल ते नाही सांगता येत. वेळ, काळ, घटना नि मनात उठणाऱ्या अदृश्य लकेरी त्याची रंगसंगती ठरवतात. त्याला पाहून मनातले वाचता येते. ते तसे असते कारण तसेच काही महत्त्वाचे हवेहवेसे वाटणारे क्षण तिथे घडत असतात. त्याचेच प्रत्यंतर देते ते प्रतिबिंब.

आरसा नाही लागत ते बघायला. मनाच्या पटलावर उमटते नि मुखकमलावर विलसते.

लाजरे, बुजरे, कणखर, बाणेदार, हुरहुर लावणारे, चमकवणारे आणि शहारणारे. सोनचाफ्यासारखे मोहक तरीपण गोड रडवेले होते पाठवणीच्या वेळी.

सकाळी नवरी येते तेव्हा ती लाजत लाजतच येते. मुरडण्याच्या कला दाखवत विहरत असते. भुरळ पाडत. इकडून तिकडे तिकडून इकडे. मध्येच बसून मस्त गप्पा नि फिरक्या घेत असते मैत्रिणींच्या. कोणाचे भारदस्त प्रतिबिंब तर कुठे ठेंगणे ठुसके नि सरळ निमुळते. काही बोलायचा अवकाश, चांदणी चमचमतेच.

तिचे, त्याचे प्रतिबिंब. जीवन वळणाच्या वाटेवर त्या तिथे मधुपर्कात उमटते. घास भरवताना समृद्ध होते. कधी वरून-खाली तर कधी इकडे-तिकडे सरकत असते. कधी डचमळत तर कधी खळबळत, मनाच्या डोहात सफरी करत असते तर कधी डुबक्या घेत असते. त्याला नसते कसली फिकीर कुणाची. पाण्यावर उठणाऱ्या तरंगासारखे प्रकट होतहोत विरून जाते नि परत उमटते, प्रतिबिंब.

'असे रे काय करतोस? किती जोरात धक्का मारलास! तोल जाता जाता सांभाळला.' काय तो रुबाब, काय ते हास्य, चाल तर वाघासारखी. असा नव्हता कधी दिसला तो. स्वागत समारंभासाठी स्वारी सरसावली आहे. जणू मदनच रतीला भेटण्यासाठी येत आहे. मीही काही कमी नाही. मदनाची मंजिरी आहे म्हटले! 'हा

हा हा, ही ही ही, हू हू हू' धडपडला बघ मला बघून. सावरले मी त्याला. शेळी झाली होती वाघाची. समोर सारी प्रतिबिंबं कौतुकमिश्रित नजरेने बघत होती 'टकामका टकामका....' असे क्षण कित्येकदा स्वागत समारंभाच्या ठिकाणी घडतात आणि ते जर टिपता आले, तर काही वेगळी क्षणचित्रे मिळतात.

तो काय बघत असतो तिच्यात, नि ती काय बघत असते त्याच्यात. प्रतिबिंब ते इतरांच्या नयनांत उमटते, दिसते, लोभावते, नि बोलवतेसुद्धा. प्रत्येक क्षण इथेच थांबावा असे वाटले, तरी तो पुढे सरकतो नि त्याच्याबरोबर तेही पुढे जाते. मागील काही विसरून नवनवीन गोष्टी करण्याच्या ध्यासाने. जपून ठेवावा हा क्षण त्याच क्षणी. 'फोटो किती छान आलाय नं? पण मी नाही म्हणणार आता याला फोटो.' फोटो हा तुमच्या प्रत्येक गोड आठवणींचा आरसा असतो. आपण कसे दिसतो, कसे हसतो यापेक्षा आपण कसे आहोत त्याचे प्रतिबिंब आहे फोटो. माझे-तुमचे-आपल्या सगळ्यांचे पण असेच फोटो यायला हवेत. आपण फक्त टिपले मात्र पाहिजेत.

एक झकास उडी मारून मी प्रतिबिंब बंद केले. म्हणजे ॲलबम बघत होते तो बंद केला. उद्या परत बघण्यासाठी. समोरच्या आरशात दिसत होते ते.

३. मनकवडसे

मुलीचे वडील असणे म्हणजे काय हे त्यांच्या मुलीच्या लग्नात मला प्रकर्षाने जाणवले. त्याची ही गोष्ट. फोटोग्राफी हे मानसशास्त्र आहे. तिची पाठवणी करताना त्यांच्या डोळ्यांत आलेले पाणी खूप काही सांगून जाते.

लग्नाच्या दिवशी थोरा-मोठ्यांच्या आणि देवाच्या पाया पडून ती तयार झाली होती.

त्या दिवशी मात्र तिच्याबरोबर जाण्यासाठी तिच्या बाबांचे मन तयारच होत नसावे. जावे तर लागणारच होते. ती सासरी जाणार या नुसत्या कल्पनेनेच ते खूप समाधानी वाटत होते. आनंद तर होताच त्या गोष्टीचा, पण तिचे रडणे, हट्ट करणे, लाडे लाडे, 'बाबा ऊच्चून, बाबा ऊच्चून' बोबडे बोलणे आणि जन्माला आली तेव्हा पहिल्यांदा उचलून घेतलेले आठवत असणार त्यांना. तीचे बालपण, शाळा कॉलेजचे

दिवस. लहानपणापासून आजपर्यंतच्या सर्व आठवणी डोळ्यांसमोर येणे साहजिक आहे. मुलांपेक्षा मुलींच्या बाबतीत वडलांचे मन जास्तच हळवे असते. मुलींनापण बाबांची ओढ अंमळ जरा जास्तच असते. मुली जरा लवकरच मोठ्या होतात. चार महिन्यांपूर्वी त्यांनी उचलून घेतले होते तिला. विवाह सोहळा जवळ आला होता नि ती स्कूटरवरून पडली होती. बेड रेस्ट सांगितली होती.... सावरले होते तिने लवकरच स्वतःला.

लग्नाची फोटोग्राफी करण्यासाठी आमची निवड केली होती. विवाह, स्वागत समारंभ वेगवेगळ्या दिवशी ठेवण्याची सूचना त्यांना खूप उपयोगी पडल्याचे दिसत होते. ती नुकतीच अपघातातून उठली होती. जास्त वेळ उभे राहणे, नाचानाच करणे झेपणार नव्हते. पण एक विश्वास निर्माण केला होता आम्ही तिच्यात. फोटोग्राफी करण्यापूर्वी ज्यांची आपण फोटोग्राफी करणार आहोत, त्यांच्यातला आत्मविश्वास दृढ करणे महत्त्वाचेच नाही तर अत्यावश्यक असते. इथे तर त्याची जास्तच आवश्यकता होती. सगळ्यांशी खेळीमेळीने वागत अलगद भावचित्रे टिपण्यासाठी कुटुंबाशी एकरूप होणे गरजेचे असते. हा विवाह समारंभ आपल्याच कुटुंबातील आहे ही जाणीव कामाला बळ देते. वर, वधू आणि जवळचे नातेवाईक यांच्यासोबत विवाहापूर्वी घेतलेल्या भेटींमुळे एक प्रकारचा आपलेपणा त्या ठिकाणी आलेला असतो. अगदी ताई, माई, अक्का, वहिनी बोलण्यापर्यंत अनौपचारिकता आलेली असते.

लग्नाचा आनंदच तिला बळ देत होता किंवा तिच्या जीवनाचा तो जोडीदार. खूप लाडात वाढवली आहे तिला. योग्य मुलगा मिळाला की मुलीच्या वडलांना परमसुखाची प्राप्ती होते असे म्हणतात. जाणवत होते तिच्या बाबांकडे बघताना. तिच्या मैत्रिणींनी तिला अशी काही साथ दिली होती, की आमचे काम सोपे झाले होते.

सगळी सगळी जबाबदारी घेतली होती आम्ही. अ‍ॅक्यूप्रेशर, खाण्या-पिण्याच्या टिप्स, मध्येच एखादी गमतीशीर गोष्ट सांगून तिला हसवत ठेवणे. तिची साडी नेसवण्यापासून ते मेकअप पूर्ण होईपर्यंत सगळीकडे बारीक लक्ष होते. जबाबदारीची जाणीव ठेवून फोटोग्राफी करणे हे जमणे तसे सोपे नाही याची जाणीव असावी लागते.

जे काही घडत होते ते पाहून माझा माझ्यावरच विश्वास बसत नव्हता. खूप बरे वाटत होते ती चक्क बागडत होती ते बघताना. तिच्या सख्या निरनिराळ्या गमतीजमती करत तिच्यासोबत इतक्या रमल्या होत्या, की गुरुजींना तिला बोलवूनबोलवून विधींना बसवावे लागले.

कसले काय नि काय! हे फुलपाखरू बिनधास्त निघाले होते गगनाला गवसणी

घालण्यास आणि तो उभा होता तिथे मानसीचा चित्रकार. नऊवारीत झकास बागडत होती. काय जादू झाली होती, कोण जाणे!

व्याही भेट झाली कडक, विहीण मोजत होती मोदक, मोद म्हणजे आनंद. क्षणात इकडे क्षणात तिकडे मोद विहरतो चोहीकडे. बाबांच्या कुशीत गोष्ट ऐकल्याशिवाय न झोपणारी आता कादंबरी लिहीत होती तिच्या जीवनाची. हेच असतात ते बोलके क्षण.

प्रत्येक क्षण वेगवेगळ्या कोनातून विविध भावनांना चित्रबद्ध करता आले पाहिजेत. लग्नाचा पुरावा म्हणून फोटो सगळेच काढतात. अगदी कोर्ट मॅरेज असले, तरी फोटोग्राफर असतोच. लग्नाची फोटोग्राफी हे डॉक्युमेंट नाही. ती हवी जशीच्या तशी लग्नात दिसणारी लाजरीसाजरी नववधूसारखी. भावनेला भावनेने समजून चित्रण करणे म्हणजेच फोटोचे मानसशास्त्र आहे. फोटो बघताना आठवणी बोलू लागल्या पाहिजेत.

It's not just a wedding photography. हा तर आनंद सोहळा असतो भाव भावनांचा. तो असतो सोहळा दोन कुटुंबांनाच नव्हे, तर दोन समाजघटकांना एकत्र आणणारा सहकुटुंब सहपरिवार सोहळा. आनंदवनभुवनी. कला आणि कृती, चित्र आणि संवेदना, एकएक क्षण कधी आणि कोणत्या क्षणी पकडावा यासाठी तत्पर

असावे लागते, विस्मयकारक वेळ टिपण्यासाठी. प्रत्येक फोटो हा कॅमेऱ्यातूनच टिपता आला, तर नंतर त्यावर संस्कार करत बसण्याचा वेळ वाचतो. संगणकाच्या मदतीने फोटोंचे मिक्सिंग करून गोधडी शिवण्याची वेळच येत नाही. फोटो बोलू लागतो मनाची भाषा.

विवाहवेदीच्या वाटेवर उमलणारी ही फुले जतन करण्यासाठी टिपताना मनाला एक वेगळाच आनंद मिळतो. जेव्हा आपण फोटोचा अ‍ॅलबम दाखवत असतो, तेव्हा ते तृप्त चेहऱ्यावरचे भाव तुम्हाला पुन्हा आठवण करून देतात त्या क्षणांची नि कानी ऐकू येते...

तदैव लग्नम् सुदिनं त देव
तारा बलं चंद्र बलंत् देव.....

४. चक्षू

कोणता कॅमेरा चांगले फोटो काढतो?
हे म्हणणे म्हणजे 'ब्रश चित्र काढतो' असे म्हटल्यासारखे झाले.
डोळ्यांनी बघतो, ध्वनी परीसतो कानी, पदी चालतो...

डोळे बोलतात, हसतात, लाजतात, रडतात, नाचतात नि घायाळपण करतात. गवाक्षांमधून काव्ये पाझरतात, नित्य नव्या विविधांगी कल्पनेतून एक नवा विचार प्रकट होतो. ते सांगा कुठून येते बरे. प्रत्येक कृतीमागे असतो एक विचार आणि तिथेच दिसतो तो संस्कार नि त्यातून उमलतो तो आकार. नजरेला नजर भिडते, नि न सांगताच सारे काही समजते. आपण बघतच राहतो त्या अथांग डोहात. नजरेचा खेळ, नजरेची वेळ, नजरेने घातलेला मेळ. ती ज्याला समजते, त्याला काळीज असते असे म्हणतात. तिला नसते लिपी तरी ती समजते समजणाऱ्याला. तिची, त्याची किंवा त्यांची नजरेला नजर!

आकार, उकार अनंत तिचे, कोणाचे हरणासारखे, कोणाचे बदामी तर कुणी आरस्पानी. मोहक भुरळ घालणारी, तर कधी भिजलेली, थबकलेली नजर. दिङ्मूढ झालेले, तर कधी मायेने ओथंबणारे लोभस कटाक्ष. त्याचे, तिचे, त्यांचे. अलीकडले-पलीकडले तुरुतळी हरवणारे, तळ्याच्या लाटांवर विहार करणारे, सागराशी झुंजणारे पण आंतरपाटाच्या मागे ओलावलेले आईचे, बाबांचे, ताईचे, दादाचे, सासूचे, सासऱ्यांचे, मित्रांचे नि मैत्रिणींचे प्रत्येकाचे गंध वेगवेगळे. नजरेला वास असतो असे म्हणतात ना तो असा बरे का! सख्या हरीचे ते तर खूपच वेगळे, विश्वासाचे आणि आव्हानाचे. तासन्तास बघत रहावे पडदा न मिटता. कधी काळे, घारे, निळे नि कधी हिरवेपण. रंगुनी रंगात साऱ्या रंग त्यांचा वेगळा..

नजर हवी ससाण्यासारखी नि विचार हवेत चित्त्यासारखे, क्षणात झडप घालणारे. वेळीच वेळ नाही पकडता आली, तर ती परतून कधीच येत नाही. लग्नात तर नाही, नाही आणि नाहीच. वेळ सांभाळता आणि समजता आली की तुम्ही जातिवंत फोटोग्राफर होऊ शकता. वेळेचे महत्त्व ज्याला समजले, तो आधुनिक तंत्रज्ञानाचा गुलाम न होता तंत्रज्ञानाला आपल्या हूकुमाप्रमाणे वागायला लावतो.

नजरेला नजरेमधला तो खेळ मज उलगडला,
नजरेने तो सांगून गेला नि नजरेतच तो वितळला,
नजरानजर झाली, तशी पाय उंबरी थिजला,
वळणावर आयुष्याचा क्षण अलगद त्याने टिपला.

तो विचार उतरत असतो कॅमेऱ्यातून त्या प्रकाशचित्रात. कॅमेरा कोणता आहे यापेक्षा आपण त्याचा उपयोग कसा करतो हे महत्त्वाचे. कॅमेऱ्याने टिपण्यापूर्वी जे बुद्धीला समजते, तेच डोळ्यांना दिसते. असा तो तिसरा कटाक्ष काही क्षणांसाठी उघडतो. क्षण स्तब्ध होतात, अमूर्त होतात नि हळूच सोनपाकळी लपलपते आणि सात सुरांची कहाणी सप्तरंगात नाहते.

फोटोग्राफी आणि वेळ यांचे अतूट नाते आहे. चित्रकाराला एक वेळ थांबून विचार करण्याची संधी असते. फोटोग्राफरला मात्र क्षण पकडायचा असतो. लग्नाची फोटोग्राफी कुठे, कधी आणि किती वाजता करायची हे दुसराच कुणी ठरवत असतो. आपल्याला 'थांबा जरा' म्हणण्याची किंवा 'वन्स मोअर' देण्याची वेळ कुणीच देत नाही. जे सुटले ते सुटलेच! नंतर विचार करून हाती काहीच लागत नाही. जर वेळ पकडता आली, तर काळपण फोटोत थांबवता येतो.

फोटो म्हणजे केवळ एक चित्र नसून ती असते एक कल्पना, एक विचार, एक कविता, एक गोष्ट आणि कॅमेरा असतो ब्रश व रंग असतो प्रकाश आणि आपण असतो प्रकाश चित्रकार आपल्या दुर्दम्य इच्छाशक्तीसोबत. साथ देतात आपल्याला आपले विचार आणि नशीब. आपली इच्छाशक्ती दांडगी असेल, तर दैवपण बलवत्तर होते आणि कॅमेरा देतो त्यांना आकार.

५. प्रकाशाची गंमत

हरीच्या करी एक रंगीत काठी
हरी भेटला तो मला वाळवंटी....
प्रयत्ने वाळूचे कण रगडिता तेलही गळे.......

तेल, हो खरेच ते वाळवंटात सापडले. हरी वाळवंटात भेटतो म्हणजे काय याचे मर्म समजले. डिजिटल टेक्नोलॉजी-सिलीकॉनच्या माध्यमातून १९६९ला अवतरली तेव्हा. मि. विलर्ड बॉयल आणि मि. जॉर्ज स्मिथ हे त्याचे जन्मदाते. आज सगळे विश्व व्यापून टाकले आहे या टेक्नॉलॉजीने. फक्त चमत्कार आहे का हा? थोडासाच विचार करा. विज्ञानाने काय दिले आहे? आपण कसा करत आहोत त्या ज्ञानाचा उपयोग? जाणून घेऊ या प्रकाशचित्रांची गंमत.

'कराग्रे वसते लक्ष्मी' याचा अर्थ आता थोडाथोडा समजू लागला आहे.

टेक्नॉलॉजी हातात नाही तर बोटांच्या अग्रावर खेळत असते. 'फोटो काढणे' ही जादू नाही राहिली. ती होती कधी काळी. काळ्या कपड्यात डोके घालून करत असे तो जादूगरी. कृष्णधवल रंगाकडून सप्तरंगाकडे वळलेल्या या कलेत कलाविष्कार काही वेगळेपणा दाखवत असेल, तरच तिची वैशिष्ट्ये खऱ्या अर्थाने दिसून येतात. ललित साहित्याप्रमाणे कलेत लालित्य हवे. जे आपल्याला आवडते, तेच चित्रित करावे. रंगपंचमी तर रोजच असते. रंगांचा हा सडा सूर्य उगवण्याआधीपासूनच वसुंधरेला न्हाऊ घालत असतो. दुपारच्या कडक उन्हात वाळल्यानंतर तिन्हीसांजेच्या सोनेरी किरणात तो कलेला एक वेगळाच आयाम देऊन जातो. 'ज्योतीकलश छलके' रंगांची उधळण करत उगवतीच्या व मावळतीच्या कलांचे काव्य नि कथावर्णने आपण वाचली असतीलच. प्रकाशरंगांच्या संगतीने चित्रे टिपताना त्यांची आठवण होते. भान हरपून जाते, सोनेरी प्रकाशात सोनेरी क्षणांची भावचित्रे काढताना.

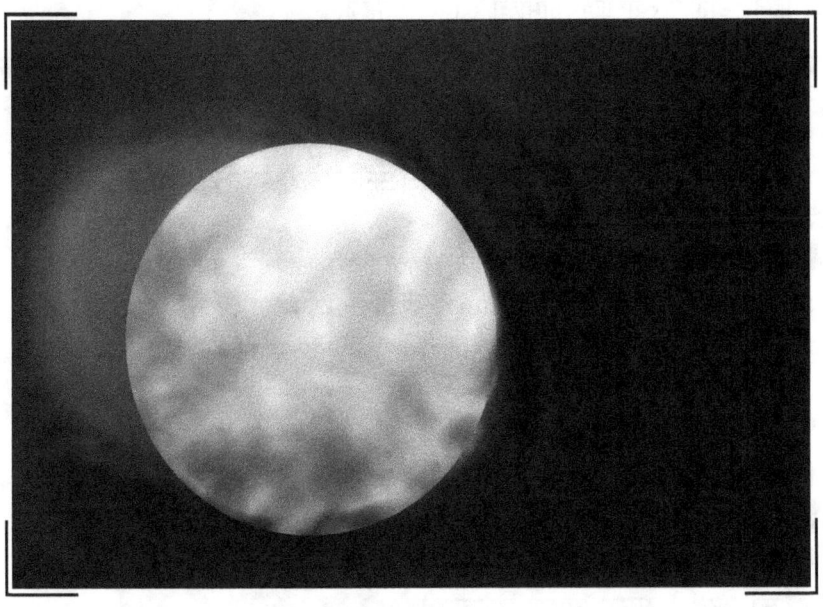

सर स्टीव्हन सॅसन या कोडॅक कंपनीतील इलेक्ट्रीक इंजिनीअरनी पहिला डिजिटल कॅमेरा १९७५ या वर्षी बनवला. आता चाळिशी उलटल्यावर त्याला दृष्टी येत आहे की जात आहे हे आपल्या ठरवण्यावर निर्भर करते.

चार्ज कपल डिव्हाइस (CCD) किंवा (CMOS) कॉम्पलीमेंटरी मेटल ऑक्साईड सेमीकंडक्टर हे प्रकाश किरणांचे विद्युत उर्जेत रूपांतर करतात. गरज आहे ती काळ्यावर पांढरे किती आणि कसे करता येते हे समजण्याची. चित्रकार पांढऱ्या कॅनव्हॉसवर रंग

भरतो. फोटोग्राफर काळ्या कालपटावर रंगांची उधळण करून प्रकाशचित्र साकारतो. चित्रात कृत्रिमपणे रंगवून, उगाच काहीतरी वेगळे करून दाखवण्याच्या खटाटोपात वेळ न दवडता एकाच क्लिकमध्ये एक वेगळा आर्विभाव, आविष्कार, चित्र जन्माला येतानाच ते रेखाटले पाहिजे. तीच खरी प्रकाशाचे पेंटींग करण्याची कला. Portrait with light ही आवडच नाही तर पॅशन झाली पाहिजे.

फोटो हा कॅमेऱ्यामधूनच काढता आला पाहिजे असा अट्टाहास असावा. सॉफ्टवेअर हे खरेतर आधुनिक डार्क रूमच आहे. त्याचा उपयोग योग्य प्रमाणात करणे मूळ कलेला मारक ठरत नाही. आपण नकळत वाहत जाऊ लागलो त्याच्या ओघात की वाटू लागते, याच्याशिवाय आपण चांगले काम करू शकणारच नाही. तिथेच तुमचे स्वातंत्र्य गमावलेले असते. कलाकार हा स्वतंत्र बाण्याचा आणि स्वतंत्र विचारांना जन्म देणारा असला पाहिजे. नवनवे तंत्रज्ञान येणारच, नव्हे ते तर आलेच पाहिजे. आपण त्यालाच कामाला लावले पाहिजे.

आपल्या विचारांना त्याने दिशा देण्यापेक्षा त्यालाच आपण आपल्या पद्धतीने उपयोगात आणले पाहिजे. कठीण आहे पण अशक्य नाही. फोटो काढणे सोपे आहे, पण समजणारा फोटो काढणे म्हणजे तो काढण्याआधी स्वतःला समजणे कठीण असते. फोटो काढला यापेक्षा आपला फोटो सगळ्यांना समजला यात जी गंमत आहे तोच आपला हरी.

'असेल माझा हरी, तर देईल खाटल्यावरी' हे जुने झाले. आता हरीलाच आपल्या खाटल्यावर बसवून ड्रोनमधून गिरक्या घ्याव्यात. तंत्रज्ञान आपल्यासाठी नाही, तर आपण त्याच्यासाठी आहोत. त्याला गुलाम नाही केले, तर जोकर करेल आपलाच. फोटो कसा हवा ते आपण ठरवायचे. कधी, कसा नि कुठे काढायचा हेपण आपणच ठरवायचे. येऊ देत कितीही कॅमेरे नि लेन्सेस; पण फोटोत आपला आपलाच विचार दिसला पाहिजे. कोणाला काय वाटते, कोण काय म्हणेल यापेक्षा, आपल्याला काय वाटते, आपल्याला आपले म्हणणे ठामपणे मांडता आले पाहिजे. ती हरीची रंगीत काठी हाती धरून आपणच त्याला भेटायचे. वाळू नाही सरकू द्यायची आता पायाखालून. वाळूवरच आपण थिरकायचे.

ये ये टेक्नॉलॉजी
शिकवते चालवायला
तुला आमची गाडी....
नाहीतर काय होईल? .....

६. टेक्नोसॅव्ही

ॲडव्हान्स टेक्नॉलॉजीने जग ॲडव्हान्स होते आहे. भावना व्यक्त करण्यासाठी पण यंत्राचा उपयोग होऊ लागला आहे. आजची पिढी मोबाईल पिढी झाली आहे. 'मोबाईल युग' सुरू झाले आहे. याचा परिणाम म्हणून आपण यापुढे भावनाशून्य जगण्याकडे वाटचाल तर नाही ना करत आहोत?

टेक्नोसॅव्ही लग्न म्हणे! इथे तर काहीच दिसत नाही. हार, मुंडावळ्या, पेढे आणि नवरानवरीपण नाही दिसत. मांडव नाही सजवला? जेवणाची भांडी नाही, रुखवत नाही. असले कसले हे लग्न?

हे मोबाईल लग्न आहे. चिंगी येईल तिचा मोबाईल घेऊन. आता मोबाईलशिवाय काहीच होत नाही. नवरा मुलगा चिंगीच्या मोबाईलमध्ये आहे. मुलगी तिच्या मोबाईलमध्ये आहे. ती चॅटवर तो मुलगा पाठवणार. मग तिच्या नवऱ्यामुलासोबत

हिच्या मुलीला जोडणार. हार घालून झाले की मग मोठ्ठा वेडिंग केक पाठवणार. केकचे पीस सगळ्यांच्या मोबाईलवर पाठवणार. रिंग टोनपण सेट केला आहे 'शुभमंगल उभे ध्यान...' नशीब. वटसावित्री मोबाईलला दोरा गुंडाळून करत नाहीत....करतील पण म्हणा, पर्यावरणाला मदत होते असे सांगून.

कसे होणार आहे या पिढीचे पुढे? सायन्सने प्रगती केली हे खरे. नवे नवे शोध लागणार आहेत हे पण खरे. आजची जनरेशन आळशी होतेय की काय अशी मात्र भीती वाटू लागली आहे. सगळे काय ते यंत्राच्या माध्यमातून. लग्न, मुंज यांच्या शुभेच्छा. प्रेम, राग, लोभ नि सुख-दुःखाचा बाजार मांडलाय. काय काय घेता नि देता येते इथे लगेच, याला अंतच नाही. ग्रूपवर संवाद सुरू असेल, तर कोण खरे आहे याची चढाओढ. चुकून एखाद्या शब्दाचा चुकीचा अर्थ लावला गेला, तर वादविवाद. आपण काही पोस्ट केले की लगेच प्रतिक्रिया जाणून घ्यायची घाई. धीर धरण्याची सवय नष्ट होत आहे. नकळत व्यसन जडतेय टेक्नॉलॉजीचे. उठल्यावर ब्रशच्या आधी मोबाइल ऑन होतो, तो खाली कधी ठेवतात कोण जाणे? कोणतीही गोष्ट सहज उपलब्ध झाली की तिची किंमत राहत नाही. व्हरच्युयल जगात जगण्याची सवय लागतेय हळूहळू.

मागाल त्या सगळ्या गोष्टी लगेच. हसायचे असेल, तर फक्त स्मायली टाकायचा. उगाच ओठांना त्रास नाही द्यायचा. सगळ्या गोष्टी, खाणाखुणा चित्रातून. भविष्यात भावनेचे माहात्म्य शिकवण्याचे वर्ग सुरू करावे लागतील बहुतेक. हसायचे, रडायचे, लाजायचे नि रागवायचे कसे? कधीकधी सुन्न होते मन. जिवंत रोबोट तर नाही ना बनत आहोत आपण? माणसांवर यंत्रे राज्य करायला लागली आहेत. सेल्फीच्या नादात हकनाक जीव गेलेले बघितले की काळजी वाटते. कितीही ॲडव्हान्स इक्विपमेंट असली, तरी क्रिएटीव्ह टॅलंट असणे महत्त्वाचे असते. इनोव्हेशन करताना केवळ 'आर्थिक फायदा' एवढा दृष्टिकोन पुरेसा नसतो. एकविसावे शतक हे क्रिएटीव्ह इकॉनॉमीचे असणार आहे. याचा अर्थ टेक्नॉलॉजी नको असे नाही. डिजिटल तंत्रज्ञानाने अनेक गोष्टी करणे सहज शक्य झालेय. अंतराळात जाण्यासाठी लावलेले अनेक शोध व्यावसायिक उपकरणांद्वारे आपल्या हाती आले आहेत. आपण त्याचा उपयोग कसा व किती प्रमाणात करून घेणार आहोत? फोटोग्राफी करणे सोपे झाले म्हणून फोटो चांगले काढता येतातच, आणि मोबाईलवर चॅट करता आले की नातेसंबंध दृढ होतातच असे नाही. मोबाईल आणि फोटो हे तर समीकरणच झाले आहे. उखळ मात्र पांढरे होतेय इंटरनेट कंपन्यांचे. मोबाईलमध्ये कॅमेरा त्यासाठीच आला असावा बहुतेक.

मला माझे लग्न आठवले. घरातून पाठवणी, दारात त्यांचे स्वागत, सात फेरे, उखाणे, नटणे, मुरडणे अजून मी ॲलबम बघताना मोहरून जाते. फोटो काढण्यापूर्वी किती सुंदर आखणी करावी लागते. आता सगळी करामत सॉफ्टवेअरमधून. सॉफ्टवेअरशिवाय चांगले फोटो काढता येतात हा विश्वासच उडत चाललाय. त्याचा उपयोग करावा पण त्याच्याशिवाय अडून नाही राहिले पाहिजे. 'जेथे जातो तेथे तू माझा सेल्फी' हे जरा अती होतेय. नाही का? प्रत्येकाने आपली वाट निवडायची आहे. नियम, सूत्रे सारे बाजूला ठेवून कलेचे आकलन केले पाहिजे. ती एक बोध आहे, अभिव्यक्ती आहे, स्वातंत्र्य आहे. उपजीविका किंवा बक्षिसे मिळवण्यासाठी म्हणून फक्त फोटो काढण्यापेक्षा स्वतःला आनंद मिळावा म्हणून तो काढावा. त्यात कोणताही एक उद्देश, हेतू नसावा. मग काय आहे फोटो काढणे? शोधायचेय? फोटो म्हणजे काय?

७. चांदणी

फोटोग्राफी ही फोटोग्राफी असते. आपण काम चांगले केले, तर कुटुंबात होणाऱ्या इतर समारंभातपण आपली वर्णी लागते. लहान मुलांचा वाढदिवस त्यात खासच असतो.

अंगणातल्या बागेत खेळ रंगला होता. चांदणी बागडत होती. तीन वर्षांची असावी. कन्या नव्हे रत्नच होते ते. डिजिटलचा वरदहस्त असल्याने रोलचा प्रश्नच नव्हता. मी तिच्यामागून पळत होते. तिने मुरक्यागिरक्या घेतल्या नि म्हणाली,

"तुम्हाला माहीत आहे का? उद्या किनई माझा बर्थ डे आहे. मज्जाच मज्जा. मोठ्ठा हॉल घेतला आहे. सगळे येणार आहेत. तुम्ही पण येणार ना?"

मी म्हटले, "हो हो येणार तर! चम चम चांदणी बघायला! तू कायकाय करणार उद्या? काय आणलेय आई-बाबांनी तुझ्यासाठी?" ती बागडतबागडत

धावताधावता बचकन बसायची. नि बोबड्या आवाजात तिची टकळी सुरू असायची,

"उद्या किनई, मला किनई, आम्ही किनई, आम्ही नाही सांगणार जा, गंमत आहे ती आमची.''

मला जे हवे तेच घडले होते. छानछान फोटो मिळाले होते चांदणीचे. लहान मुलांचे फोटो काढायचे नसतात तर ते मिळवता यावे लागतात. हे फोटो काढणे ही साधी गोष्ट नाही बरे! चाईल्ड सायकॉलॉजीचा चांगला अभ्यास असावा लागतो. त्यांच्या कलाने घेत तुम्हाला त्यांच्याशी आधी दोस्ती करावी लागते. मुलांच्या आवडीचे खाणे, आवडीच्या गोष्टी, त्यांचे मूड याचा खूप सखोल अभ्यास करावा लागतो. संख्याशास्त्र येत असेल, तर त्याचीपण मदत होते. मुलांची फोटोग्राफी हा एक स्वतंत्र कलाविषय आहे. लहान मुले छानच दिसतात. त्यांचे फोटोही छान येतात म्हणजे चाईल्ड फोटोग्राफी आली असे नव्हे. बागेत बागडून आणि खेळणी जमा करून नाही येत मुलांचे फोटो. आपण लहान मूल झाल्याशिवाय मुलांचे फोटो काढणे शक्य होत नाही.

मुलांना भरपूर खेळ तसेच जादूचे प्रयोग आणि मोठ्यांसाठीपण धमाल करण्याचे कार्यक्रम ठरवतात. खरे तर मोठ्यांची मजाच जास्त होते. वाढदिवसाचा इव्हेंट करतात. ६ वाजता कार्यक्रम सुरू करून १० वाजता चांदणीला चंद्रावर बसवून आकाशातून उतरवण्याची योजनाच चुकीची होती. 'फोटो मात्र मस्तच आले पाहिजेत' असा आग्रह नाही तर आज्ञाच असते सगळ्यांची.

साधारणपणे सगळी मुले जमल्यावर केक कापून घ्यावा मग खेळ खेळावेत. वाढदिवस साजरा करताना तो ज्याचा आहे, त्याचा विचार करावा. इव्हेंट मॅनेजर घसघशीत रक्कम घेतात. सेलीब्रिटीच्या मुलांचे इव्हेंट साजरे करणाऱ्या कंपनीला काम दिले की झाले. देखावाच जास्त असतो. सगळे खेळ सुरुवातीला, त्यात मोठ्यांचेच खेळ जास्त. अगदी महिलांचा रॅम्प वॉकपण. वाढदिवसाची किटी पार्टी होत असते. मोठ्यांची मजा करून झाली की शेवटी काय ते त्यांचे मून मॅजिक. मध्येमध्ये मुलांचे खेळ नावालाच ठेवतात. वाढदिवस हा मनोरंजनाचा कार्यक्रम झाला आहे. 'आधीच केक कापला की सटकतात हो काही जण!' ह्या सबबीखाली सगळी जबरदस्तीची सोंगे.

सांगून काही उपयोग झाला नव्हता. व्हायचे तेच झाले होते वाढदिवसाच्या दिवशी. चांदणी रडकुंडीला आली होती. चंद्र झाकोळला होता. मोठे सगळे मस्त मजा करून उगाचच 'चला आता केक कापू या' म्हणत फिरत होते. छोटी मुले खेळून दमली होती, नि केक कटींगची वाट बघत बसली होती. चांदणीची सजवलेली राणी खुर्ची कोपऱ्यात पडलेली होती. चांदणीचा तो टोचणारा, खुपणारा ड्रेस तिने काढून टाकला होता.

सगळे तिला, 'राणी, राणी, चल केक कापू या' म्हणून थकले होते. पण राणी झोपली होती. ती आता तिच्या स्वतःच्या मोडक्या खुर्चीत फाटलेल्या टेडीला कुशीत घेऊन रडतरडत चंद्रावर गेली होती. बरे झाले होते आम्हाला तिचे आधीच खरेखुरे फोटो मिळाले होते...

वय वर्षे १ ते ५ वाढदिवसाचे फोटो चांगले मिळण्याकरता आयोजन कसे कराल?

१) वाढदिवसाच्या आधी दोन दिवस छोटे फोटो सेशन करावे. फोटोग्राफर आणि मुलांची मैत्री होण्यास मदत होते.
२) केक कापण्याची वेळ खेळ सुरू करण्यापूर्वीची असावी.
३) मुलांचे कपडे व्हेलक्रो, चेन तत्सम टोचणाऱ्या वस्तू असलेले नसावेत. सुती किंवा त्यांना सुटसुटीत कपडे घालावेत.
४) शक्यतो मुलांच्या नेहमीच्या वापरातील गोष्टी त्या ठिकाणी ठेवाव्यात.

५) मुलांना केक कापण्याच्या आधी दहा मिनिटे घेऊन यावे.

६) शक्यतो मुलांना दमवणारे खेळ किंवा स्पर्धा ठेवू नयेत. ज्याचा वाढदिवस आहे, तो हरला तर त्याचा मूड जातो.

७) समारंभाची वेळ त्यांच्या नेहमीच्या खेळण्याची असावी.

८) प्रत्येक गोष्ट ठरवताना शक्यतो त्यांच्यासमोर ठरवावी. म्हणजे तो त्यांना त्यांचा कार्यक्रम वाटतो. हॉल ठरवतानापण मुलांना सोबत नेले, तर ती जागा त्यांच्या परिचयाची होते.

९) घरून निघताना मुलांना व्यवस्थित खाऊ घालून निघावे. डिनरमध्ये वाढदिवसाला येणाऱ्या मुलांची आवड समजून पदार्थ ठरवावेत.

१०) हॉल शक्यतो घराजवळचा निवडावा. ओपन ग्राऊंड किंवा बाग असेल तर उत्तमच.

११) दिव्यांचा झगमगाट जास्त नसावा. आवाज करणारे फटाके, ठो करून झगमग उडवणारे नळकांडे फोडू नये. मुले घाबरतात, बिचकतात.

१२) या वयातली मुले जास्तीत जास्त तीन तास मजेत असतात. त्याप्रमाणे आखणी करावी.

८. भटकंती

लग्नानंतर फिरायला गेल्यावर फोटो काढते वेळी आऊटडोअर फोटोग्राफीचे प्रशिक्षण खूपच उपयोगी पडते.

फोटोसाठी भटकंती हा अनुभव काही वेगळाच असतो. एखादे ठिकाण ठरवायचे आणि फक्त फोटो काढण्याची खरोखर आवड असलेले सोबती साथीला घ्यायचे. अतिरिक्त चार्ज बॅटरी आणि किमान दोन मेमरी कार्ड आवश्यक. ट्रायपॉड मस्ट. कॅन्व्हासचे बूट आणि टोपी, मॅट, सोबत एक छान टॉर्च.

पहाटेच वांगणी स्टेशन गाठले. ढोणे गावातील निसर्ग प्रकल्प वाट बघत होता. वारापण मस्त सुटला होता. चक्क घोड्यानी खिंकाळून स्वागत केले. पांढरी शुभ्र घोडी मस्त झळकत होती.

निसर्ग अनुभवायचा कसा ते त्याच्या सान्निध्यात गेल्याशिवाय समजत नाही.

मातीचा गंध, पाण्याची चव समजावी लागते. उनाड वारा झेलता आला की आपण त्याच्या हातात हात धरून फेर घालू लागतो. मगच कॅमेरा हाती घ्यावा.

डोळ्याला दिसते ते जग,
जगात दिसते ती सृष्टी,
सृष्टीत दिसते ते सौंदर्य,
सौंदर्यात दिसते ती नजर..

उन्हाळ्यात हलकीशी पावसाची सर आली, तर सोनेपे सुहागा! मातीचा मस्त धुंद सुगंध दरवळतो, बहावा बहरतो, पळस खुलतो नि निसर्ग हसतो.

तो शिशिर सरता वसंत येता, धरती करी शृंगार.. रक्तवर्ण हे पर्ण असे की ओष्ठद्वय गुलजार.. अधरावरती वसुंधरेच्या खुलते जी लाली, वसंतात या पर्णसख्याने असेल का ल्याली.

आऊटडोअर फोटोग्राफी शिकणे हा एक वेगळा अनुभव आहे. संथ विहार करणारी बदके. त्यांचा पुढे-मागे राहण्याचा क्रम एकच असतो. अतिशय शिस्तबद्ध पणे ते आपली दिनचर्या आचरणात आणत असतात. माणसांनी प्राण्यांकडून शिकण्यासारखे खूप आहे. वाघसुद्धा सगळे प्राणी पाणी पिऊन गेल्यानंतर शेवटी पाणी पिण्यासाठी येतो. निसर्ग हा खरा प्रामाणिक शिक्षक आहे. आपली शिकण्याची तयारीमात्र हवी. सहजपणे साध्य होते त्यात गंमत नसते. काय नसते तिथे? ३६० अंशाच्या कोनात सौंदर्य नांदत असते. निसर्गाने बहाल केलेली फुकट मिळालेली कोणतीही गोष्ट कवडीमोलाची कधीच नसते. श्रम आणि किंमत मोजल्याशिवाय कामाचे मोल समजत नाही.

एकाहून एक सुंदर निसर्गचित्रे. थंड वाहणारा वारा. पावसाची सर येऊन गेली तर त्याचा परिणाम. रातराणीचा बहर. चंद्र नि चांदणे. त्यांची फोटोग्राफी कलात्मक नि अवघड असते. चांदोबापण कॅमेऱ्यात हळुवार विसावतो. ट्रायपॉडला कॅमेरा लावून शांतपणे चांदणे टिपायचे असते...सगळेच सेट करून ठेवले की शटर क्लिक होईपर्यंत रात्रीचे बारा कधी वाजले ते समजतच नाही. पहाटेच्यापण आधी उठले, तर वातावरणात एक वेगळाच उत्साह जाणवतो. तिसरा अक्ष घेऊन बाहेर पडावे, तर दवबिंदू नि कोळ्यांची जाळी यांचे नक्षीकाम मंत्रमुग्ध करते. अजून तसा काळोखच असतो. नदीचे गाणे ऐकू येते. नदीकाठी पोचेपर्यंत अंगात हुडहुडी भरते. समोर दिसले की पटते, कोणी सांगितले तर विश्वास नाही बसणार. नदी आणि तिचा तो आवाज, निळेशार आकाश, काळाभोर कातळ. फोटो किती नि कशाचे काढू असे होते. आकाशाचे हे रूपच वेगळे असते. प्रकाशाचे खेळ खेळण्यात जो आनंद मिळतो, तो

अनुभवल्याशिवाय नाही समजत. दुधासारखे शुभ्र वाहणारे पाणी painting केल्यासारखे स्मूथ वाहत होते, सारे स्तब्ध, स्वमग्न, शांत होत असते. संवाद होतो तो फक्त निसर्गाशी. मति मुग्ध होते. स्वर्ग स्वर्ग म्हणतात तो हाच याची खात्री पटते. नदी भूपाळी गात असते. घनश्याम सुंदरा...

काळ्याशार कातळावर बसून क्षण टिपावेत. अगदी पहाटेपहाटेपण फोटो कसे काढायचे याचा अभ्यास पुन्हा होतो. मन इतके आनंदी कधीच झाले नव्हते याची जाणीव होते. जेव्हा असे होते, त्या वेळी टिपलेल्या क्षणांची सर इतर वेळी पकडलेल्या क्षणांना येऊ शकत नाही. आकाशमंडलावर पसरलेल्या रंगच्छटा, खळाळते पाणी, पक्ष्यांची कुजबुज ऐकून तो पाषाणहृदयी कातळपण जिवंत होतो. चमत्कार घडत असतात. आकाशाने निळाईची गोधडी दूर केली की केशरी रंगाची उधळण सुरू होते. बगळ्यांची न्याहारीची वेळ. कावळे त्यांच्यामागून आयता मासा मिळाला तर मिळाला या आशेने पाठीमागे. पाण्याला, पक्ष्यांच्या किलबिलींना साक्षी ठेवत रविकर हळूहळू वसुंधरेला बघत असतो. 'बघ मी आलोय! जागी हो!' असेच म्हणत असतो जणू.

कॅमेराचे सेटींग आता बदलते पृथ्वी जागी कशी होते हे बघायला असे मोकळ्या रानातच आले पाहिजे. झाडे, फुले, फळे, पाने, पक्षी सगळ्यांनी एक संवाद साधलेला असतो. फोटो काढतो, छे! त्यात सगळ्यांचे भान हरपते. वेडे वेडे होतो. सूर्य बिंब म्हणजे काय हे बघितल्यावर अंजनीसुत का झेपावला असेल ते पटते. आकाशातील निळाईवर आता लालिमा पसरला असतो. बगळे, कावळे नि चिमण्यांची शाळा भरते. धिवराचा सराव सुरू होतो. मध्येच एक भला मोठ्ठा ससाणा हजेरी लावून गेला की मजा येते. हम्मा.... गाईची हाक. निःशब्दपणे पृथ्वीचा संसार सुरू झालेला असतो. सुख-सुरांच्या संगमावर वाहत दिवस कधी वर आला ते समजतच नाही. गुलाबाच्या बागेकडे सुंदर सुंदर गुलाब सोनसकाळी असे दिसतात, की नजर हटतच नाही. निसर्ग बघणे, तो वाचणे नि टिपून घेणे म्हणजे काय ते समजते. कला या विषयात आपण किती लहान आहोत याची जाणीव होते. सृष्टीने आपल्याला दृष्टी दिलेली असते. डेलाईट्समध्ये शूट करताना मिळणारी रंगांची किमया काही औरच आहे.

९. संकल्पना

कोणे एके काळी एका विवाह समारंभाच्या वेळी दुपारच्या प्रहरी उठल्या होत्या हास्याच्या लकेरी. भगिनी प्रेम हळूच टिपले माझ्या कल्पनेनी.

एक झकास फोटो मिळाला होता बहिणींचा. फोटो नाही चित्रच साकारले होते प्रकाशाच्या कुंचल्यांनी. त्यांनी तो मोठा करून घेतला होता हॉलमध्ये लावण्यासाठी. तिच्या ताईच्या मुलाच्या लग्नात आम्हीच फोटो काढायचे हे तेव्हाच ठरले होते. तो तर किती लहान होता, अगदी आठवीत. 'माझ्या मुलाच्या लग्नात तुम्हीच फोटोग्राफी करणार हं', हे त्यांचे आवर्जून सांगणे ही आमच्या कलेला मिळालेली पावतीच होती.

त्यांच्या मुलाचे लग्न ठरले होते. काय करू नि काय नको असे झाले होते. वेगळ्याच कारणासाठी ती मुलगी त्यांच्या घरी आली होती आणि बघताक्षणी हिलाच सून म्हणून आणायचे असा विचार त्यांनी पक्का केला होता. त्यांनी मला फोन केला,

"अहो, तुम्ही याल ना लग्नाचे फोटो काढायला? याल ना?'' असे विचारणे साहजिकच होते. एका वेळी एकच काम घेणे हे आम्ही कसोशीने पाळतो. कलेला योग्य न्याय देण्यासाठी ते आवश्यक असते. खरा कलावंत एका वेळी चार कामे घेत नाही.

स्वागत समारंभ पाण्याच्या सान्निध्यात साजरा करायची नवरदेवाची इच्छा होती. A to Z कला दिग्दर्शनान्वये झाले पाहिजे असा हट्टच होता. घरातले अजून कोणा कोणाला विचारून बघत होते. कदाचित त्यांना कमी बिदागीत कोणी मिळाले तर बघायचे असावे. लग्न दोन वेळा होत नसते. इतर खर्च कमी करू पण भावनांची आर्टोग्राफी तुम्हीच साकारायची. या ठिकाणी कलाकार हवेत, कामगार नाही. कामगार धन घेतात कलाकाराला मानधन मिळते, तेपण न मोजता. आपण कला साकारताना मोजूनमापून काही करू नये. खऱ्या कलेला धनापेक्षा सन्मानाचीपण गरज असते हेच खरे. आपण आपले काम मनापासून केले की अनेक वर्षांनंतरपण आपली आठवण केली जाते. लग्नाची फोटोग्राफी दर वेळी एक नवे कुटुंब जोडते. असा अमूल्य ठेवा भरपूर जमा करावा आपल्या खात्यावर.

स्वागत समारंभासाठी पाण्याच्या दोन लोकेशनचा अभ्यास केल्यावर तलावापेक्षा तरण तलावालाच आम्ही प्राधान्य दिले. तरण तलावावर रिसेप्शनसाठी त्याचाच बॅक ड्रॉप केला. पहिल्यांदाच या जागेवर असे घडत होते. लग्न नाशिकला. संगीत आणि रिसेप्शन मुंबईत. दागिने ठाण्यात, साड्या येवल्याला. त्यांची रंगसंगती. वारली होमकुंड. सप्तपदी सुपाऱ्या. सर्व समारंभाची प्रकाश योजना. मेकअप, हेअर स्टाईल. अथ पासून

इतीपर्यंत सारे आयोजन यासाठी करावे लागते. लहानसहान गोष्टीतपण जातीने लक्ष देणे अत्यावशक असते. सगळे मंतरल्यासारखे कामाला लागले पाहिजेत. कसे वागावे, कसे बोलावे. हाच खरा ड्रेस कोड असतो आपला. लक्ष फक्त कामाकडे. इथे मजा करायला नि खाण्या-पिण्यासाठी नाही आलो आहोत याची सोबत काम करणाऱ्यांना जाणीव असू द्यावी, तश्या त्यांना सूचनाच दिलेल्या बरे असते. व्यवस्थित पोशाख, नीटनेटकेपणा, वेळेची जाणीव आणि विनम्रता हे उत्तम कलाकाराचे प्रथम लक्षण आहे. हा आपला समज नव्हे, तर श्रद्धा असावी.

आपण विवाहमंडपात मंदिर समजूनच प्रवेश करावा. त्यामुळे पादत्राणे घालून कोणीही लग्नवेदीवर येण्याचा प्रसंग कधीच येत नाही. कॅमेरा हा आपला परमेश्वरच आहे हे मान्य केले की तो प्रसन्न होतो.

सनई संगे झडे चौघडा, डोईवरती पडती अक्षता

मंगलाष्टके सुरात घुमती, फेरे पडती सात, लग्नमंडपी दोन जिवांची एक नवी सुरुवात.....

लग्नघर मोहरते. प्रत्येकाच्या चेहऱ्यावर मोगरा फुलतो. गाली गुलाब उमलतात. सात सूर नि सात रंग बरसतात. हास्याच्या लकेरी, विहिणींची लगबग, करवलीचे मुरकणे, टोमणे, विनोद नि उखाण्यांची चढाओढ लागते. हळदीची मस्ती नि सूनमुख बघण्याची घाई प्रत्येकाला होते. लगबगलगबग, सप्तपदीचे फेरे, मंगलसूत्रामागे मोहरलेले मन.. स्वयंवरच धरेवर अवतरत असते. विवाहसोहळा असावा तर असा. दोन जिवांनाच नव्हे, तर दोन्ही बाजूंच्या आप्तेष्टांच्या मनोमीलनाचा गुंतावळा कधीही न सुटणारा.

जलविहाराच्या काठावर स्वागत समारंभ रंगात आला होता. सुमधुर भावगीतांनी आसंमत भारावले होते. तो तिच्याकडे अलगद जवळ जाऊन म्हणाला, "लाजून हासणे अन् हासून ते पहाणे! मी ओळखून आहे सारे तुझे बहाणे....." तो म्हणजे तुमच्या मनात आलेला 'तो' नाही बरे!

तो म्हणजे आमचा कॅमेरा...

इथेच एका नवीन सकंल्पनेने माझ्या मनात जन्म घेतला. फोटोग्राफीसाठी खर्च नेमका कसा व कुठे करावा, पूर्वतयारी काय व कशी करावी हा कार्यक्रम मनात आकार घेत होता.

१०. शिकवण

हसरी, लाजरी जुई शांत बसली होती. हातात होते फक्त निसटून गेलेले क्षण. लग्नाचा ॲलबम. त्यातला प्राणच हरवला होता. किती हौसेने तिने तिच्या विवाहाची आखणी केली होती. अगदी पत्रिकेतल्या अक्षरांचे वळणपण नवऱ्याच्या हस्ताक्षरासारखे शोधण्यात तासन्तास इंटरनेटला दमवले होते. साईटवर साईट पालथ्या पाडून अप्रतिम कपडेपट निवडला होता. स्वतःसाठीच नाही तर सर्व कुटुंबीयांसाठी. त्या दोघांनी तर दिवसभरात पाच चेंजेस ठेवले होते. मित्र-मैत्रिणींसाठी खास ड्रेस कोड होता. रंगसंगती इंद्रधनूला फिके पाडणारी.

मराठमोळा सकाळी, गुज्जू गोड विवाहाच्या वेळी, राजस्थानी छोरा घास भरवताना, बंगाली मोशाय स्वागतासाठी आणि केरळ का करेला गृहप्रवेश करताना. सर्वधर्म समभाव. इंटरकास्ट होते ना. तो बंगाली होता. तिच्यातला कलाकार प्रत्येक

गोष्टीत खुलून आला होता. मुंडावळीचे डिझाईन तिचे स्वतःचे होते. खास चांदीत घडवून घेतले होते.

ती ते गेलेले क्षण कधी चलचित्रात तर पुन्हा स्थिरचित्रात शोधत होती. मला म्हणाली, ''चित्रा, काय चुकले गं माझे. त्यांनी इतक्या कल्पना मला सांगितल्या पण वास्तवात शून्य. खूप मोठी चूक झाली बघ माझी. अगं फोटोतल्या भावनाच हरवल्यात. फोटोपेक्षा तो डिझाईनचा कॅटलॉगच जास्त वाटत आहे. आमचे चेहरे तर प्लॅस्टीक करून टाकले आहेत. ह्यांचे फोटो तर चक्क सपाट वाटत आहेत. फोटो असे कटिंग करून नि नसलेल्या बॅकग्राऊंड्स टाकून का केले तेच समजत नाही. फोटोग्राफीपेक्षा सॉफ्टवेअरच्या करामतीच जास्त आहेत. फोटो काढायला सांगितले होते रंगवायला नाही. खरेच माझेच चुकले बघ.''

मी होते तिच्या प्री-वेडिंग शूटला साक्षीदार. सांगितले ते सगळे नखरे तिने करून दाखवले. उटीला गेलो होतो फक्त त्या शूटकरता. दिल होते, फुगे होते, ना ना तऱ्हेच्या पाट्या हातात धरून दोघे थिरकत होती. एकदा तर तिला उंचावरून उडी मारायला सांगितले नि त्याने तिला अलगद झेलले. काळजाचा ठोकाच चुकला होता माझ्या.

तिचा मात्र प्रचंड विश्वास होता त्यांच्यावर. सारखी मला सांगायची, ''चित्रा कायकाय गोष्टी आणल्या आहेत त्यांनी! सहा कॅमेरे, बारा लाईट्स, स्लाईडर, ड्रोन आणि किती जण मेहनत घेतायेत विवाहसमारंभाचे चित्रीकरण जगावेगळे होण्यासाठी.'' मेकअपसाठीपण खास माणसे नेमली होती. एकुलती एक लाडाची लेक. आई-बाबांनी कपाट लावलेच नव्हते किती दिवस.

मांडव सजावटी तर जणू वनमालेचे लग्न असल्यासारखी खऱ्या-खुऱ्या वेली-फुलांनी विवाह वेदी सजली होती. काश्मीरहून गुलाब, मद्रासचा मोगरा, बेंगलोरची सुरंगी, येवल्याची पैठणी. मेकअपतर इतका सुरेख झाला होता. गौरीच दिसत होती जुई. गौरीहरासाठी कुठल्यातरी कोपऱ्यात बसली नव्हती, खास मागवलेल्या मोगऱ्याच्या गजऱ्यांनी छोटासा मांडवच बनवला होता. काही कसर म्हणून ठेवलेली नव्हती.

तरी मी तिला विचारले होते, ‘‘तू नीट त्यांच्या कामाच्या बाबतीत बघितले होतेस ना?’’

म्हणाली होती, ‘‘अगं त्यांच्याकडची टीम आणि इतकी साधने बघून तुला समजत नाही आहे का? काय बाई तो 5D का काय म्हणतात तो पण आहे त्यांच्याकडे. एकच नाही काही चांगले दोन दोन आहेत.’’ रक्कमपण भक्कम सांगितली होती त्यांनी. तिच्या आईने का-कू केले होते पण तिचा हट्ट कायम होता. तब्बल पाचशे पंचावन्न साईट्स धुंडाळल्या होत्या तिने. लग्नाचा बोलका अॅलबम बनवण्यासाठी.

तरी मी विचारले होते तिला, ‘‘जरा बघू या का कसे फोटो येत आहेत?’’ मला काम करण्याची पद्धत बघून का कुणास ठाऊक मनात पाल चुकचुकत होती. तिला मात्र फोटो निवांत तिच्या नवऱ्यासोबत एकांतात बघायचे होते. आत्ता बघितले तर मजाच जाईल म्हणाली. आता डोक्याला हात लावून काय उपयोग? शोकेस बघून काम देण्यापेक्षा गोडाऊन बघून दिले असते तर ही वेळच आली नसती.

आता माझे लग्न ठरले आहे. फोटोग्राफर कोण? प्रत्यक्ष खात्री केल्याशिवाय काही नाही नक्की करणार. तिच्या अॅलबमचा ऑलबोम्बच झाला होता. फोटो फोटोच आले होते सगळे. फो एकीकडे नि टोन दुसरीकडे (फोकस आणि टोन). चित्रविचित्र करामती आणि स्लोगनच्या कवितांमध्ये फोटो हरवले होते. नेटवरील माहिती असते चांगली पण या बाबतीत मला परीक्षा नाही घ्यायची. कामातला अनुभव. फोटोग्राफी विषयाची जाण, कामाबद्दल वाटणारी कळकळ त्यांना किती आहे? त्यांच्याकडे असलेल्या साधनांपेक्षा काय बघणे महत्त्वाचे असते ते शिकले होते मी. विवाह समारंभाच्या फोटोग्राफीबद्दल असणारे ज्ञान समजून घेतल्याशिवाय काम द्यायचे नाही हे मी नक्की केले होते.

इक्विपमेंट आणि दिमाखदार वेबसाईट बघून मी तरी भुलणार नव्हते. डिजिटल फोटोग्राफी आल्यापासून कॅमेरा घेतला की फोटोग्राफर झालो इतके सोपे झाले आहे. प्रत्यक्ष मीटिंग आणि किमान त्यांच्या तीन चार क्लायंटचे फिडबॅक प्रत्यक्ष भेटून बघायला काय हरकत आहे? पुढच्यास ठेच मागचा शहाणा. किमान मला जुईसारखे नंतर रडावे लागणार नाही, हे नक्की.

इच्छा तिथे मार्ग. ज्यांच्याकडे माहिती मिळवायला गेलो, त्यांनी अॅलबमच

पुढ्यात ठेवला. चक्क काळ्या कागदांचा शुभ्र बटर पेपर आणि कव्हर तर हाताने डेकोरेट केलेले. हस्तकला, चित्रकला नि फोटोग्राफीचा त्रिवेणी संगमच जणू. मला आई-बाबांच्या लग्नाचा अॅलबम आठवला. कोणत्याही डिझाइनिंगची गरजच नव्हती हे पटत होते. फोटोच दिमाखदार होते, त्याला महिरप कशाला. अस्सल हिरा सोन्याच्या कोंदणातच शोभतो तसे ते अॅलबममध्ये झळकत होते. मेहनत घेतलेली दिसत होती. सॉफ्टवेअरच्या करामती न करता लग्नाचे फोटो असे येऊ शकतात हा जुईने करून घेतलेला समज चुकीचा नव्हता फक्त निवड चुकली होती. त्यामुळे काय करू नये व काय करावे हे आम्हा सगळ्या मैत्रिणींना पटले होते.

११. वसुधैवकुटुम्बकम्

आजी-आजोबा, आई-वडील, भाऊ-बहीण, मामा काका आणि किती सांगू? मर्मबंधातली ठेव ही... अशी नातीगोती आणि सोबतीला मित्रमैत्रिणी. वळणावरचे एक नाते पती-पत्नीचे. ज्याला साक्षात लक्ष्मी-नारायण म्हणून मान देतो आपण. 'नाती चरामी' असे वचन देऊन नव्या जीवनाचा शुभ आरंभ करताना करांगुली धरून सात पावले अलगद पडतात.

गोकुळ, मी म्हणते गो कुल... संगीताचे सूर जुळले. एकाचे दोन हात होणार या सम आरंभात आमचे सारे कुटुंब सहभागी करून घ्यायचे असा निश्चय करूनच मी कंबर कसली. गणपतीत गावाकडे सगळे जमत होतो. आजकाल सर्वांनाच नाही जमत यायला. संगीताच्या लग्नात मात्र हे प्रेमाचे गाठोडे एकत्र आणायचे. सर्वांच्या साक्षीने तिची गाठ त्याच्याबरोबर बांधायची. सूनमुख बघताना थोरांचा आशीर्वाद घ्यायचा.

झालसुद्धा उतरवून मोठ्यांच्या संमतीने कर्तव्य उतराई व्हायचे. कारल्याचा मांडव पण मांडायचा. विचार पक्का करून नानु आजींचे घर गाठले.

नाना-नानुंच्या पाया पडून आमंत्रणाची सुपारी आणि अक्षता त्यांच्या हातात ठेवली, तेव्हा त्यांच्या चेहऱ्यावर ओसंडणारा आनंद दिसला. एक नवीन कल्पना मनात चमकली. 'आई होऊ कशी उतराई?' सिनीअर सिटीझन्सचे स्नेहमिलन लग्नाच्या वेळी. माझेच आई-वडील आणि सासू-सासरेच नाही तर विवाह मंदिरात येणाऱ्या प्रत्येक जोडप्यासोबत त्यांचेपण आई-वडील आणि सासू-सासरे सोबत असतील. नानांना ही कल्पना इतकी आवडली, की त्यांनी एक वेगळी आमंत्रण पत्रिकाच तयार केली आणि आमंत्रण द्यायला ते स्वतः माझ्याबरोबर जातीने आले.

आता माझी जबाबदारी वाढली. संगीताला गाण्याची आवड आणि गतीपण होती. तिने रुखवतच विविध वाद्यांचे बनवले. होमकुंड, सप्तपदी सुपाऱ्या, स्टेजवरील फुलांचे बुके, त्यांची उंची, देखाव्याचे खांब, वर वधूची आसने, गुलाबाच्या पाकळ्या, स्वयंवराचे पुष्पैक्य हार, विधी बैठका तसेच गुरुजींसाठी पोशाख. प्रत्येक लहानसहान गोष्टीत माझ्या मैत्रिणीचे कला दिग्दर्शन खूपच उपयोगी सिद्ध झाले. तिने जेवणाचा मेनूपण वरिष्ठांची आवड बघून ठरवला होता. गुलाबपुष्पांच्या कुंड्या सिनीयर सिटीझन बसतील त्या आसनव्यवस्थेभोवती करण्याची तिची कल्पना भन्नाट होती. सनईच्या ऐवजी भावगीते लावू या ही संगीताची आवड सगळ्यानांच आवडली. प्रवेशद्वारावर केळीचे खांब असतातच, पण इथे त्यांची योजना चक्क विधिमंडपात केली होती. फुलांचा अंतरपाट, झळकणारे कलश, पूजा साहित्य इतकेच नाही, तर बसण्याची

रचनापण पूजाने इतकी सुरेख केली. ग्रूप फोटोपण बसून काढायचे असे सांगितले तेव्हा हातच जोडले मी तिला, म्हटले, ''तुला जे हवे ते कर. संगीताच्या विवाहात आमचे कुटुंब तसेच स्नेहीसंबधी यांच्याकडून येणाऱ्या सर्व आप्तेष्टांना संतुष्ट करण्याची माझी इच्छा तूच पूर्ण करू जाणे.''

'मंत्रमुग्ध होणे' याचा अर्थ संगीताच्या लग्नात समजला नाही, तर अनुभवला. प्री-वेडिंगसाठी वर-वधूनी सगळ्या आजी-आजोबांसोबत जमवलेली गप्पांची मैफल भाव खाऊन गेली. विवाहाच्या प्रत्येक विधीकडे आणि घडणाऱ्या घटनांकडे नाना-नानु जे काय बघत होते, जणू नयनांतून आशीर्वचनांची फुलेच. आपल्या नातवंडांचे लग्न बघण्याइतके आयुष्य आपल्याला लाभले याचे निर्भेळ समाधान त्यांच्या चेहऱ्यावर दिसत होते. थोर, मोठे, छोटे सगळे एका धाग्यात गुंफलेले बघून त्यांनी माझ्या पाठीवर ठेवलेला हात अजून जाणवतो. संगीता आणि तिच्या सख्या. जावईबापू आणि त्याचे सखे. शब्द वर्णन करायला कमी पडतील असे फोटो तिच्या सहकलाकारांनी टिपले होते. पूजाने जेव्हा 'मला मोकळीक दे आणि बघ' असे सांगितले होते ते का, हे आत्ता मला समजले. कमर्शियल आर्टिस्टची नजर जे बघते, ते फोटोग्राफीसाठी किती आवश्यक आहे हे मनोमन पटले. आपले फोटो चांगले येण्यासाठी वातावरणातील पोषकता चांगलीच साहाय्यक भूमिका निभावते. निर्जीव वस्तूतपण जिवंतपणा येतो तो विशिष्ट प्रकारच्या प्रकाशरचनेद्वारे. एकएक क्षण जिवंत होत असतो. तो बघताना मिळणारा आनंद केवळ स्वर्गीय. आई-वडिलांना आणि सासू-सासऱ्यांना सांभाळत सोबत आणणारे सारेच आनंदाने द्विगुणित झाले होते. नातवंडे, मुले नि आपण अशा तीन पिढ्या एका नवदाम्पत्याला पुढील पिढीचा साक्षीदार होण्याची वाट दाखवत होत्या. भावगीतातल्या शब्दसुरांत जुन्या आठवणी जाग्या होत होत्या. सिनिअर लोकांच्या चेहऱ्यावर तर ते दिसत होतेच पण नवीन पिढीलापण ते जाणवत होते. फोटोग्राफी कशी करतात याचे प्रशिक्षण मिळत होते. कोणालाही न सांगता निःशब्द पण बोलक्या डोळ्यांची नजर भिरभिरत होती क्षणांचे माधुर्य टिपण्यासाठी. संगीताची नजर मला सारे काही सांगत होती, सुखावून जात होती.

नात्यामधले बंध, प्रेमाची ओढ, दोन व्यक्तींना नव्हे तर दोन समाजांना एकत्र जोडणारी आपली विवाहपद्धत हा एक सेतू ठरू शकतो.

दोन्हीकडचे इतके समरसून गेले होते, की आंतरजातीय विवाह आहे हे जाणवतपण नव्हते. जात, धर्म यांतून बाहेर पडून माणूस म्हणून आपण एकमेकांना समजून घेऊ तो खरा स्वातंत्र्यदिन असेल. लग्नाला आलेल्या सर्व जोडप्यांनी आपापल्या आई-वडिलांना आणि सासू-सासऱ्यांना आणल्यामुळे संगीताच्या जोडीने त्यांनापण नवीन मित्र-मैत्रिणींची भेट नकळत मिळाली होती. तिची पाठवणी करताना सर्व

सिनीयर्सनी 'संगीत सिनीयर सिटीझन क्लब'ची योजना तिला सांगितली. तुझ्यामुळे हे अक्रीत घडले म्हणून त्यांना SSCCच्या उद्घाटनाचे आमंत्रणपण दिले. गाडीत बसताना अनेकांच्या डोळ्यांच्या कडा ओलावल्या होत्या.

संगीताचा पाय पुढे पडत नव्हता. क्षणभर सारे शांत झाले. इतक्यात नानु आजी खणखणीत शब्दांत बोलत्या झाल्या, ''मुली, एक झकास नाव होऊन जाऊ दे!''

सात पावले सात सूर तुमची साथ आशीर्वाद
नाना-नानुच्या साक्षीने आनंद मिळाला अमर्याद
संवाद रावांच्या संसारी सारे आबादी आबाद
चला सारे मिळून बोला SSCC झिंदाबाद!

१२. बौद्धिक संपदा

बदल हा प्रत्येक गोष्टीत सतत होत असतो. कधीकधी तो पटकन जाणवत नाही. अचानक काही बदल घडतात, तर काही जाणूनबुजून केले जातात. बदल झाल्यामुळे परिणामात फरक हा पडणारच. कधी तो चांगला असतो तर कधी घातक. कधी तो समजतो तर कधी आपणच त्याच्याबरोबर वाहत जातो.

विवाह हा समाजातील लोकांपुढे जाहीरपणे 'आम्ही पती पत्नी झालो आहोत' असा निश्चय करण्याचा समारंभ. तो कधी चार जणांच्या साक्षीने होतो, तर कधी समारंभपूर्वक आप्तस्वकीयांच्या उपस्थितीत होतो. आजकाल मात्र यात झालेले बदल अचंबित करणारे आहेत. लाल रंगाच्या सरबतापासून, दोन रंगी आइसक्रीम, कसाटापासून आज सर्वदेशसमावेशक जिव्हासौख्य पुरवणारे बुफे पार्क सजलेले बघून तोंडात बोटेच काय, हातपण जातात. विवाह समारंभासाठी खर्च किती करावा हा वादाचा विषय

आहे. एक बाजू बघितली, तर अर्थव्यवस्थेला मोठ्या प्रमाणावर चालना देण्यासाठी हे समारंभ नक्कीच हातभार लावतात. अनेकांना रोजगार उपलब्ध होण्यासाठी विवाह समारंभ म्हणजे दिवाळीच असते. विविध गोष्टींची गरज एकसंध पद्धतीने उपलब्ध करून देण्यासाठी ईव्हेंट मॅनेजमेंट करणारे हिरिरीने उपलब्ध आहेत. इतके सर्व करायचे, तर त्याची नोंदणी इतिहासात होण्यासाठी त्याचे दस्तऐवज नोंदणी करणे आवश्यकच. त्यासाठी फोटोग्राफी आणि व्हिडीओ यांचे विविध रंग ढंग नेटच्या एका क्लिकवर धावत येतात. वर मी आपण कधीकधी बदलाबरोबर वाहत जातो म्हटले ना, त्याची नांदी इथूनच सुरू होते.

आर्ट स्कूलमध्ये शिक्षण झाले की कलाकार जन्म घेतो, म्हणजे सायन्सची डिग्री घेतली की डॉक्टर होतो असे म्हटल्यासारखे आहे. कला ही काही प्रमाणात उपजत असावीच लागते. तिची जोपासना सातत्याने केली, तरच कलाकृती जन्माला येते. डिजिटल कॅमेरे सहज आणि वाजवी दरात (भाड्यानेसुद्धा) उपलब्ध झाल्यामुळे हा बदल कोणाकडे कोणती आणि किती साधने आहेत यात चढाओढ लागण्यात झाला. विवाह समारंभ साजरा करताना आयुष्यात घडत असलेला बदल आपण चित्रित करणार आहोत की आपण किती दिमाखदारपणे समारंभ साजरा केला याचा देखावा चित्रित करणार आहोत याचे भान ढळू लागले आहे असे वाटते. फोटोग्राफरची निवड ओळखीचा, ब्रँडेड किंवा नेटवर काम बघून केली जाते. आपण ज्या प्रसंगासाठी त्याची नेमणूक करत आहोत, त्याला या विषयाची समज व ज्ञान किती आहे यापेक्षा त्याच्याकडे किती महागडी इक्विपमेंट आहेत यावर ठरते. यात चूक कोणाचीच नाही. बदलच इतक्या वेगाने होत आहे, की काय चांगले आणि काय नाही याचा विचार करायला वेळ आहेच कुणाकडे? फोटोग्राफी ही कला आहे आणि ती साकारणारा एक कलाकार आहे यापेक्षा तो बजेट काय देतो यावर त्याची नेमणूक केली जाते.

बौद्धिक संपदा या विषयात जगातल्या ३८ देशात आपला नंबर ३७ वा लागतो यातच आपल्याकडे बौद्धिक संपदेचा विचार किती केला जातो हे समजते. अथक परिश्रम करून एखादा निर्माता चित्रपट निर्माण करतो आणि दुसऱ्याच दिवशी त्याची पायरेटेड सीडी रस्त्यावर मिळू लागते. संगीतकार एका नितांत सुंदर गाण्याला जन्म देतो आणि कोणीही कुडमुड्या त्याची मोडतोड करून रिमिक्स बनवतो आणि 'नया है वो' म्हणत आपण सारेच त्यामागून फरफटतो. सॉफ्टवेअर हाती लागले म्हणून होत्याचे नव्हते करत लग्नाची आकडेमोड पुस्तके बनवतो नि उपयुक्त काय आहे याचा विचार न करता आपण बदल स्वीकारतो.

विवाह समारंभ ठरला म्हणजे आता हे पैसे खर्च करण्यासाठी सज्ज झाले

आहेत याचा वास उपलब्ध सर्व संबंधितांना लागतो. यांना आपल्या परीने जास्तीत जास्त कसे आपल्या जाळ्यात ओढायचे याची अहमहमिका लागते.

प्री-वेडिंग म्हणजे लग्नानंतर आम्ही प्रेम कसे करणार आहोत त्याचा ट्रेलर. लग्न नाही झाले तरी चालेल पण प्री-वेडिंग झालेच पाहिजे. लग्न झाल्यानंतर तळ्याकाठी पाय सोडून बसायला वेळ मिळणार कुठे?

बदल, बदल, बदल कशासाठी, कोणासाठी विचार करतो कोण? प्रेमाचा बाजार मांडण्यापेक्षा त्याचा सत्कार करायचे विसरतो आहोत का आपण? बदल कशात झाला पाहिजे? बदल कोणी केला पाहिजे? आणि बदल का झाला पाहिजे याचे उत्तर फक्त एका शब्दात आहे. खरेच आवश्यक आहे का?

जगात कोणताही विवाह फोटोग्राफरशिवाय होत नाही. ते रजिस्टर मॅरेज असो की समारंभ. लग्न झाल्याचा पुरावा म्हणून त्याची तिथे अनिवार्य गरज असते. आता कॅमेऱ्यात रोल भरावे लागत नाहीत. एक काळ असा होता, दहा रोल फोटोंचे काम म्हणजे मोठे काम समजले जायचे. जेव्हा १२० mm फिल्म होती, तेव्हा १२० फोटो आणि जेव्हा ३५ mm आली, तेव्हा ३६० फोटोत संपूर्ण विवाहसमारंभ चित्रित होत असे. आता किती फोटो काढशील बाबा दोन्ही करांनी तितके काढ. ३२ जीबी कार्ड भरा नि फक्त फोटो काढत रहा. का? कशाचे? कसे? छे! असले शुल्लक प्रश्न विचारायचे नसतात.

फोटो ही एक भावना आहे, एक प्रतिक्रिया आहे. ती एक साधना आहे. वैचारिक वैविध्याची, आंतरिक सौंदर्याची ती निर्मिती आहे. तिची एक वेगळी भाषा आहे.

मग बदल कोणी केला पाहिजे हे मला वाटते आपल्याला समजले असेलच. 'घर पहावे बांधून नि लग्न पहावे करून' ही म्हण जुनी झाली. आता 'घर पहावे रेखून आणि लग्न करावे आखून'. विचारपूर्वक खर्चाची आखणी केली तर तो का, कुठे, किती करावा याची दिशा समजते. नेटवर सगळे उपलब्ध आहे म्हणून घाईने निर्णय घेण्यापेक्षा विचार करावा नेटका. मुलगी बघताना आपण घाई करतो का? मग तिचे आणि त्याचे अविस्मरणीय क्षण टिपण्यासाठी निवड करताना थोडा वेळ दिला तर बदल नक्कीच झालेला दिसेल जो आपल्याच पथ्यावर पडेल. चला तर मग शोध घेऊ या कलाकाराचा.

१३. सेलिब्रेटी

आपले लाडके, आवडते सेलिब्रेटी. कोणाला कोण आवडते, तर कोणाला कोण. सिनेमाच्या पडद्यावर, नाटकामधून आणि दूरदर्शनवरून दुरून होणारे दर्शन जवळून व्हावे अशी सुप्त इच्छा नसणारे सापडणे कठीण आहे. आपल्याला हवे असेल ते सारेच मिळत नसते पण ते कधीतरी मिळेलच या आशेने नवीन दिवस उजाडत असतो. फोटो काढतानापण असे अनपेक्षित क्षण मिळतात आणि त्या वेळी होणारा आनंद अवर्णनीय असतो.

लग्न समारंभ हा एकच असा आहे त्यासाठी कोणाला बोलवावे, कोणाला नाही असा सहसा नियम नसतो. नातेवाईक, मित्रमंडळी तर हक्काने येतातच, त्याशिवाय परिचयातले सारे अगदी नोकराचाकरापासून झाडून साऱ्यांना आमंत्रण केले जाते. या सर्व आनंदात जर सेलिब्रेटी नात्यात किंवा ओळखीत असतील, तर दुधात

केशर. बोलवताना जितका आनंद होतो, त्यापेक्षा त्यांचे आगमन झाल्यावर गगन ठेंगणे होते. त्यातून सचिन तेंडुलकर, अशोक सराफ, सविताताई असे कोणी असले की ते समारंभाचा केंद्रबिंदू ठरतात. त्यांना बघून अनेकांच्या डोळ्यांचे पारणे फिटते. राजकीय पुढारी असतील, तर त्यांचे अंगरक्षक सोबत असतात तरी काळजी ही घ्यावीच लागते. आयोजकांच्या आयोजनाची इथेच कसोटी लागते.

फोटोग्राफरसाठी हे क्षण मोलाचे असतात. प्रत्येक जण काहीना काही कारण काढून त्यांच्या आजूबाजूला उगाचच घुटमळत असतो. परिचयाचा असेल, तर तो हक्क असल्यासारखा त्यांना कुठे हलूच देत नाही. त्यांच्या बाजूला अशा थाटात बसतात की, ते नाही तर तोच सेलिब्रेटी आहे. 'माझी मुलगी छान नाच करते, गातेपण छान. आमचा विजय क्रिकेट खेळतो' असे काहीबाही सांगत त्या लग्नाला आलेल्या नटाला किंवा नटीला चक्क समजून न समजून त्रास देत असतात. या चक्रव्यूहातून कोण सोडवेल, असे त्यांना झालेले असते.

'अहो मी ना तिथे त्यांच्या बाजूला उभी राहते, लगेच माझा फोटो काढा आणि मला द्या. हवे तर पैसे देईन मी त्याचे' असा सूर आपल्या मागून सतत येत असतो. काही जण चोरून बघतात, काही बेधडक जाऊन हात मिळवतात. माहीत काही नसले तरी आपल्याला सिनेमा, नाटक, क्रीडा किंवा राजकारण यातील किती ज्ञान आहे हे सांगण्याची चढाओढ लागलेली असते. फोटोग्राफर सगळ्या समारंभाकडे दुर्लक्ष करून केवळ त्यांचेच फोटो काढायचे काम घेतले आहे असा समज करून तिथून हलतच नाही. कधीकधी त्याची चूक नसते. यजमानांचे कोणी त्या सेलिब्रेटीबरोबर बोलत असेल आणि फोटो नाही काढला तर ते अस्सा खुन्नस देतात की, फोटो काढणाऱ्या पामराने गुन्हा तर नाही ना केला असे वाटून जाते. 'तुम्ही किती छान

दिसता, पडद्यावर दिसता ना त्यापेक्षा छान. तुमचे सगळे पिक्चर मी बघते, सोडतच नाही!' असे प्रशस्तीपत्रक न मागता दिले जाते. एक नमुना तर सतत त्यांच्या मागेच करवलीसारखा फिरत असतो. त्यांना मात्र कधी एकदा 'शुभमंगल सावधान' होते नि सावध होऊन सटकता येते असे झालेले असते. लग्न त्यांच्याच नात्यात असेल तर मात्र सुटका नसते. सेलिब्रेटी दिसला रे दिसला की दरवाज्यातच त्यांच्या अंगावर धावून जाणे बरे दिसत नाही. समारंभात अशा कोणी महत्त्वाच्या व्यक्ती आल्या असतील, तर थोड्या वेळाने त्या निवांत झाल्या की फोटो काढावेत. आपला फोटो त्यांच्यासोबत यावा अशी केविलवाणी धडपड करू नये. आपण समारंभाचे फोटो काढायला आलो आहोत याचे भान ठेवावे. या मोठ्या माणसांचे मात्र मला कौतुक वाटते. कोणालाही न दुखावता आपली पब्लिक इमेज सांभाळत सगळ्यांना तेच खरे तर मान देत असतात. लग्न समारंभाला येणाऱ्या या खास पाहुण्यांची नावे आधी माहीत असतील, तर फोटोग्राफीसाठी वेगळी योजना करणे सोपे जाते. समारंभाला आलेल्या या कलाकारांना त्याचा आनंद घेता येईल याकडे आपण लक्ष दिले आणि इतर सगळ्यांसारखीच वागणूक दिलीत, तर त्यांना ते अधिक आवडते. सह्या घेणे, जास्तीत जास्त जवळ जाण्याचा प्रयत्न करणे ह्या गोष्टी त्यांचा मान राखून कराव्यात. अति परिचयात अवज्ञा होणार नाही याचे भान ठेवावे. टेली लेन्स या वेळी खूप उपयोगी पडते. खुद्द सन्मानीय अशोक सराफ यांनी फोटोग्राफी करताना आम्ही जी काळजी घेतली, त्याचे कौतुक केले होते.

कँडिड फोटोग्राफी करता येत नाही, तर तो एक चमत्कार असतो. कामावर निष्ठा आणि प्रेम असेल तर एका समारंभात पाच जरी असे फोटो मिळाले, तर स्वतःला भाग्यवान समजावे. ट्रेडिशनल फोटोग्राफर, कँडिड फोटोग्राफर असे काही नसते. फोटोग्राफर हा फोटोग्राफर असतो. व्यक्तिचित्रणापेक्षा व्यक्तिमत्त्वाचे चित्रण करण्याचे कौशल्य साधण्यासाठी साधनांपेक्षा साधनेची गरज असते. व्यक्तिमत्त्व जितके भारदस्त तसेच प्रसिद्ध असते, तितका साधेपणा मला त्यांच्या वावरण्यात दिसतो. सचिन यांच्या बाबतीत तर इतका साधेपणा बघून मंत्रमुग्ध झाले मी. शांतपणे प्रसंगाचे अवलोकन करून लक्ष केंद्रित केले, तर सेलिब्रेटींची फोटोग्राफी लग्नाच्या फोटो अ‍ॅलबमला एक वेगळा आयाम देऊन जाते. औपचारिक ओळख करून घेऊन तसेच आपल्या काम करण्याच्या पद्धतीची जुजबी माहिती देऊन फोटोग्राफी केल्यास आधीच सुंदर असलेल्या या थोर कलाकारांचे अधिक सुंदर फोटो मिळतात. वरून शाबासकीची थाप अजून चांगले काम करायची स्फूर्ती देऊन जाते.

फोटोग्राफीचे काम स्वीकारताना केलेल्या करारपत्रात मेहनताना, कामाचे स्वरूप याबरोबरच आपण काढलेले फोटो प्रसिद्धीसाठी वापरण्यासाठी क्लायंटची परवानगी

घेतलेली असणे अत्यावश्यक आहे. त्याशिवाय असे फोटो कोणालाही देऊ नयेत किंवा कुठेही शेअर न करण्याची काळजी घ्यावी.

समारंभात सेलिब्रेटींना बोलावले असेल तर काय करावे...

१) इथे फक्त सेलेब्रेटी आले आहेत असा गोड गैरसमज करून आपल्या इतर निमंत्रितांकडे दुर्लक्ष होणार नाही याची काळजी घ्यावी.

२) सेलिब्रेटींची संख्या जास्त असेल, तर त्यांच्यासाठी स्वतंत्र प्रवेशद्वार असेल तर उत्तम.

३) त्यांच्या बसण्यासाठी वेगळा कक्ष असेल तर सोईचे होते.

४) त्यांची सरबराई करण्यासाठी घरातील काही जणांची आगाऊ नेमणूक करून ठेवावी.

५) त्यांना समारंभासाठी किती वेळ उपस्थित रहाणे शक्य आहे याची आधी नोंद घ्यावी.

६) फोटोग्राफरना कोण कोण मान्यवर येणार आहेत याची आगाऊ कल्पना द्यावी.

७) ते आशीर्वाद द्यायला आले आहेत वधु–वरांना, आपल्याला नाही, याचे भान असू द्यावे.

१४. सौभाग्याचे लेणे

इव्हेंट मॅनेजमेंट आणि त्याचा उपयोग. मला वाटले आपल्याला पण माझ्या या अनुभवात सहभागी करावे आणि तुमचेपण जमले असेल तर बघा! काही फायदा होतो का? पटले तर प्रतिक्रिया द्या नाहीतर सरळ विसरून जा.

काही सांगण्यासाठी आणि मार्केटिंग करण्यासाठी मोठ मोठ्या गोष्टी बाजारात येतच असतात. लग्न हा सोहळा न राहता इव्हेंटच बनू लागला आहे. सावधान!

लग्न कसे करावे या कल्पना मांडण्यासाठी वेब साईटवर वेबसाईट. स्पर्धा– स्पर्धाच लागली आहे सगळीकडे. कोणी काय तर कोणी काय. लग्न हे कधीकधी आपण यांच्यासाठीच करतो आहोत की काय असे वाटायला लागते.

साडी हा विषय इतका प्रासंगिक झाला आहे, की कोणतेही डिझाईन घ्या, दोन दिवसांत.... जुनी स्टाईल झाली ही, असे कोणीतरी किंचाळतेच. साड्या निवडण्यासाठी

त्रिस्थळी यात्रा करावी नाहीतर ऑनलाईन लाईनीतच आहेत. दागिने खरेदीसाठी इतके नमुने येऊन आदळतात, की कधीकधी आपणच एक नमुना वाटू लागतो. हॉल म्हणजे हालहाल होतात म्हणून मग डेस्टीनेशन वेडिंग, रिसॉर्ट, स्वीमिंग पूल, पंचतारांकित हॉटेल्ससकट सगळी निसर्गरम्य स्थळेपण स्वयंवरस्थळे झाली आहेत. मी किती श्रीमंत आहे हे दाखवण्याचे प्रदर्शनच भरवल्यासारखे वाटते. विवाह हा एक संस्कार आहे आणि तो विधिवत होण्यासाठी महत्त्व कशाला द्यावे याचा विचार करणे आवश्यक आहे. ब्यूटी पार्लर्स तर आपल्यासाठी मेकअप नसून मेकअपसाठीच आपले लग्न ठरले आहे हे पटवून देण्यात पुढे असतात. कधीकधी केशरचना अशी करतात, की आपण स्वतःची ओळखच विसरून जातो. यातून नेमके काय निवडावे हे समजेपर्यंत लग्नाचा दिवस येऊन ठेपतो. वेडिंग फोटोग्राफीचे नुसते नाव सर्च इंजीनवर टाकले की लग्न करण्यापेक्षा प्री-वेडिंग केलेलेच बरे की काय? असे वाटू लागते. लग्नानंतर करायचा एक हनिमून सोडला, तर त्याआधीचे इतर सगळे आकार उकार यांनी त्यांच्या संकल्पनेतून मांडलेले असतात. कल्पनेचे सौभाग्य वस्तू भांडारच.

कोणीतरी असेपण सुचवले होते......

मुलगी या बाजूने पोहत येईल आणि मुलगा त्या बाजूने पोहत येईल. तरण तलावाच्या मधोमध त्यांची भेट होईल. काहीतरी उडणारे घेऊन ते हा सोहळा चित्रित करतील. मग मुलगी म्हणेल,

चिंब भिजले रे......

खरंच घामाने मी चिंब चिंब भिजायला होते असे काही ऐकले की

विवाहसमारंभाचे चल आणि स्थिर चित्रण याची गोष्ट सांगत बसले, तर भोवळ येईल तुम्हाला. मला काय म्हणायचे आहे ते तुम्हाला समजले असणारच. ऑनडीड, पोझडीड, लाफडीड, किसडीड, कॅनडीड आणि पाठवणीच्या वेळी क्रायडीड पण करतात म्हणे. कोण डीड नि काय डीड रडू की हसू? आम्ही लग्न करतो आहोत की जाहीर मनोरंजनाचा कार्यक्रम तेच समजेनासे होते. आपल्या लग्नाचा ॲलबम आपला अमूल्य ठेवा असतो. प्रेझेंटेशनचा कॅटलॉग नाही. बरे झाले मी मात्र वेळीच समजले.

कला दिग्दर्शिका......त्यांची भेट हा एक योगायोग होता. त्यांनी या बाबतीत प्रत्येक गोष्ट किती आवश्यक आणि अनावश्यक हे माझ्या लग्नात डेकोरेटरपासून ते केटरर, फ्लोरिस्ट, मेकअप करणारे सगळ्यांना व्यवस्थित पटवून दिले होते. आमच्या खरेदीसाठी त्यांनी दिलेल्या टिप्सनी आमचे पैसेपण बरेच वाचले. मुख्य रंग आणि त्यांचे कॉम्प्लीमेंटरी रंग यांचा विचार केल्याने रंगसंगतीपण खुलून आल्या.

मंगलाष्टके पेटी तबल्यावर गाणारी का ठेवू नये? गुलाब पाकळ्यांचा उपयोग कसा करावा? हार घालताना उचलून घेणे कसे धोक्याचे आहे, स्टेजवर लग्न लागताना

सगळ्या नातेवाइकांनी वर न येता खालीच थांबल्याने सर्वांना सोहळा कसा छान बघता येतो. फोटोग्राफर मध्ये येणार नाहीत याची काळजी आणि मोबाईल एक्सपर्ट नातेवाईक आणि मुलांसाठी आखून दिलेली खास वेळ खूपच गंमत घडवून गेली.

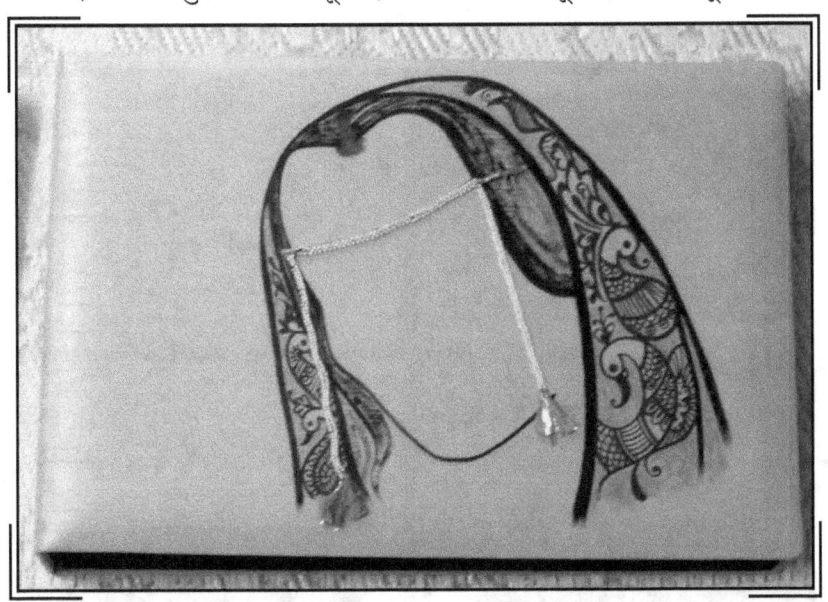

तडकाभडका नव्हता कुठेही पण सौंदर्य प्रत्येक ठिकाणी खुलले होते. फोटोग्राफर्सना त्यांनी दिलेल्या सूचना ऐकताना मला पण फोटोग्राफी शिकण्याची इच्छा अनावर झाली. सप्तरंग सप्तपदीत सात वचने देताना सुसंगत वाटत होते. हार, मुंडावळ्या, ईको फ्रेंडली रुखवत आणि प्रत्येक विधी तो का करतो आहोत याची माहिती दिल्याने त्याचे महत्त्व समजत होते. सत्यनारायणाच्या पूजेचापण अर्थ त्यांनी सांगितला. सत्य म्हणजे खरे, नर म्हणजे मनुष्य, आयण म्हणजे व्रत, खरे बोलण्याचे व्रत घेणे म्हणजे सत्यनारायणाची पूजा. आता समजले लग्नानंतर ती का करतात. किमान एकमेकांशी खरे बोलण्याचे व्रत वधू-वराने घ्यावे आणि विसर पडेल कदाचित म्हणून दर वर्षी करावे.

हनिमूनला जाण्यापूर्वी आम्ही जाणार आहोत त्यांच्याकडे दोघेही. खास चार दिवसांचा फोटोग्राफीचा वधू-वरांसाठीचा प्रशिक्षण वर्ग नक्कीच उपयोगी ठरेल. फिरायला गेल्यावर कोणालातरी फोटो काढायची विनंती करण्यापेक्षा आपणच शिकून घेतले तर आयुष्याच्या त्या वळणावरचे वळणपण आपल्यालाच टिपता येईल. कुटुंबातल्या व्यक्तींना दिलेल्या सूचना ऐकून लग्नाची फोटोग्राफी करण्यासाठी खूप अभ्यास करावा लागतो हे छान समजले मला. आज आर्टोग्राफीचा अॅलबम बघताना सारे कुटुंबच त्याचा आनंद घेत आहे, असे वाटते.....

१५. कलाकार कॅमेऱ्याची भाषा

शैले शैले न माणिक्यं
मौक्तिकम् न गजे गजे
साधवो नच सर्वत्र
चन्दनं न वने वने..

कलाकार

    कलेला आकार देतो तो कलाकार का आकारात कला सादर करतो तो कलाकार? साचेबद्ध जीवन जगण्यापेक्षा 'एक उनाड दिवस' या चित्रपटाने जगावे कसे हे मस्त शिकवले. छप्पन्न साठ (साचेबद्ध) फोटोग्राफी करण्यापेक्षा काही ॲबस्ट्रॅक्ट करावे असे विचार कुजबुजत होते. विचार जेव्हा मनाच्या आतून येतो ना, तेव्हा मार्ग कुठेतरी जवळच असतो. विवाह समारंभ हे एक असे नंदनवन आहे जिथे फोटोग्राफीच्या

सर्व कला कलेकलेने नांदत असतात. फॅशन, ग्लॅमर, चाईल्ड, फूड, लँडस्केप, सजावट, सिनीअर सिटीझन, जे मागाल ते आहे. कलाकाराला यापेक्षा अधिक काय हवे? रंगांची उधळण, हास्याचे फवारे नि मीलनातली उत्कटता अगदी सहज हाती हात धरून झिम्मा खेळत असते. प्रत्येक लग्नात एक नवीन कल्पना आकार घेते. तोचतोचपणा किंवा मागील पानावरून पुढे असे छापकाम नाही जमत मला.

सरितेचे लग्न ठरले, तशी ती खळाळत माझ्याकडे धावत आली. तिला फोटोग्राफीत 'कुछ मिठा हो जाय' असे काहीसे हवे होते. मला किशोर कुमारांचे गाणे आठवले. 'ईना मीना डीका, डाय डामा डीका,' काय आहे याचा अर्थ? तरी आजपण गाणे लागले की नाचावेसे वाटते. वेगळी वाट शोधून चालणाऱ्याला आधी वेडाच ठरवतात. चार्ली चॅपलीन, राज कपूर, दादा कोंडके आणि आपले लाडके अमितजी-काय केले यांनी? माहीत नाही! पण काहीतरी जगावेगळे नक्कीच केले ज्याची दखल जगाला घ्यावीच लागली. विवाहमंडप असा एक कल्पवृक्ष आहे, की आपली नजर आणि विचार यांचा संगम झाला की कायकाय दिसू लागेल त्याला मर्यादा नाहीत. रंग आणि प्रकाशाच्या या खेळात नाहून निघणे म्हणजे काय असते? ती जादू अनुभवता आली, तर कलाकाराच्या कलेत दृश्ये जिवंत होतात. फोटोग्राफीत गरज असते ती एकाग्रतेची. वाईल्ड लाईफ फोटोग्राफी करताना कान उघडे, तोंड बंद आणि नजर ससाण्याची ही त्रिसूत्री कामी येते. कधीकधी लग्नातपण 'वाईल्ड लाईफ' बघायला मिळते. सावधानता आणि निर्भीडपणा, चपळता नि संवेदना जागी असली, तर जे काही कॅमेऱ्यात चितारले जाते ते चिरस्मरणीय असते. लग्नाची फोटोग्राफी करताना वाईल्ड लाईफ फोटोग्राफीचे शिक्षण खूप उपयोगी पडते. लग्नातपण चुकीला माफी नाही. एकदा गेलेला क्षण परत मिळणार नाही. पक्ष्याच्या चपळतेने चेहऱ्यावरील भाव-भावविभोर होत भिरभिरत असतात. चाणाक्षपणे तुम्ही ते टिपलेत की जो आनंद आपल्याला मिळतो त्यापेक्षा अधिक ज्यांचे लग्न आहे त्यांना आयुष्यभर तो साथ करतो. सर्वसाधारणपणे आवश्यक फोटो काढावेच लागतात पण काही वेगळी वाट चोखाळणारे फोटो टिपायचे असतील, तर फक्त वेगळा विचार असून चालत नाही. विविध प्रकारच्या लेन्स यात उपयोगी पडतात. मायक्रो, फिक्स लेन्स वापरण्याची एक वेगळी कला आहे आणि टेली टोलवण्यात पण एक गंमत आहे. काही फिल्टर्स वापरूनपण मजा करता येते. झूम लेन्स कशी वापरावी हे एक गणित आहे. 'दिसला चेहरा की कर झूम' असे उपयोगी नाही. फोटोतला विषय, कंपोझीशन आणि प्रकाशाची समजच एक छान प्रतिमा देऊ शकते. नॉर्मल लेन्स वापरणेपण सोपे नाही. वाईड अँगल फोटोग्राफी ही सगळ्यात कठीण आहे. वाईड फ्रेममध्ये फोटोत येणाऱ्या कोपऱ्यातल्या कागदाच्या तुकड्यापासून ते भटजींनी ठेवलेल्या सामानाच्या पिशवीपर्यंत

सगळीकडे लक्ष असावे लागते. संपूर्ण फोटोची फ्रेम चकचकीत कशी असावी याची समज असली की फोटो छानच येतो. फॅमिलीचे ग्रूप फोटो काढताना प्रत्येक व्यक्तीची नजर कॅमेऱ्याकडे असेल, तरच तो फोटो छान दिसतो. ग्रूप फोटोची आखणी ही एक कला आहे. टेली लेन्स घेऊन हाता-पायाचे क्लोजअप घेणे म्हणजे कँडिड नव्हे. पण समजतो कोण? मला तर असे फोन येतात, आम्ही कँडिड बुक केला आहे तुमच्याकडे कोणी ट्रेडिशनल आहे का? पाच हजार देऊ, काय म्हणायचे याला? अहो फोटोग्राफर हा फोटोग्राफर असतो, कलाकार आहे तो, त्याला विशेषणे कसली लावता? 'कला किमतीत नाही मोजता येत' असे म्हणून फोन कटच करते मी.

लग्नाचा अॅलबम हे आठवणींचे सुग्रास भोजन आहे. जेवणाच्या ताटात फक्त गुलाबजामच मस्त बनून चालत नाही. वरण भातपण मोकळा आणि साजूक तुपाच्या धारेतला लागतो. वाईड अँगल फोटोग्राफी ही या वरण भातासारखी आहे. नजरेत जर तुपाची धार असेल, तर खरोखरच खुलून येते ती. कलाकार हा वैविध्यतेने कलेत विविधता आणतो तेव्हाच ती उमलते नि मोहरते. लग्नासाठी फोटोग्राफरची निवड करताना त्यांनी केलेला एखाद्या लग्नाचा संपूर्ण अॅलबम बघावा. वाटी बघण्यापेक्षा संपूर्ण भरलेले ताट बघितले की खरा आनंद काय असतो ते समजते.

सरिताला असे काही वेगळेच अपेक्षित होते. सजावट, बुफेची मांडणी, प्रवेशद्वार, दुरून दिसणारा लग्नमंडप, पूजा साहित्य, रंगीबेरंगी दिवे नि पडदे यांच्या माध्यमातून खूप काही साकारता येते. फोटो अॅलबमच्या सजावटीत कृत्रिम किंवा कुठूनतरी कॉपी केलेल्या गोष्टी वापरण्यापेक्षा जे त्या समारंभात आहे, त्याचा उपयोग कसा करावा यासाठी कलाकार चतुर असावा लागतो. 'जो न देखे रवि वो देखे कवि' असे म्हणतात ना; तसेच जे दिसत नाही पण असते आणि जे असते पण दिसत नाही असे क्षण टिपले की अॅबस्ट्रॅक्टपण सहज सापडते. फोटोवर फोटोमोटो करणे कोणीही शिकू

शकतो. कॅमेऱ्यामागील नजर कोणीच चोरू शकत नाही. फोटो हा एक विचार असतो, त्याला स्वतःची अशी एक भाषा असते. जगात ही एक अशी भाषा आहे, जी कोणीही वाचू शकतो अगदी अशिक्षितपण.

'शिप ऑफ थीसस' या चित्रपटात एक आंधळी मुलगी केवळ आवाज आणि संवेदना यांचा समन्वय साधून अप्रतिम फोटो काढत असते आणि तिला दृष्टी आल्यावर काढलेले फोटो बघून ती फोटोग्राफी करायचेच सोडून देते. लग्नाची फोटोग्राफी ही फोटो काढणे इथपर्यंत मर्यादित नसून क्षितिजाप्रमाणे अथांग अमर्यादित कलेचे दालन आहे. विवाहसमारंभाचा फोटोग्राफर म्हणजे काय आणि तो कसा असावा लवकरच सांगेन, पुढच्या भेटीत.

१६. गोजिरी

फोटो चांगले येण्यासाठी फक्त मेकअप उपयोगी पडला असता, तर खूपच सोपे झाले असते. आपल्याला खरी सुंदरता ही तन आणि मनापासून मिळवावी लागते. विचार करताकरता झोप कधी लागली ते समजलेच नाही.

गालावर पपईच्या फोडी व डोळ्यावर काकडीचे गोल, व्हेजीटेबल मास्क. तो सुकला की परत जोजूबा ऑईल, लव्हेंडर ऑईल, काय आणि कसे लावायचे सगळे ठरलेले होते. डायटपासून मसाजपर्यंत, इव्हिनिंग वॉक, वॉक वॉक नि टॉक टॉक, कोमट गुलाबपाण्यात पायांना शेक. लग्न ठरले होते ना माझे. कोणत्या वेळी काय खायचे, कसे खायचे, का ते विचारायचे नाही. सॅलेड तर पाचवीला पूजले होते. फ्रीज फळांनी भरलेला होता. सुक्यामेव्याचे अनंत प्रकार. देतील तेव्हाच आणि तितकेच खायचे. गुलकंद, ग्रेप ज्यूस, काल्र्याचा रस. अभ्यंग स्नान, हाताला, पायाला,

तोंडाला नि केसांना वेगवेगळी उटणी, मी आता स्वतःला शीशमहालात सख्यांसोबत सुगंधी तळ्यात पहुडलेली राजकन्याच समजू लागले होते. खाओ, पीओ और ऐश करो. कस्तुरीचा सुगंध दरवळतो आहे. सख्या त्यांच्या कोमल स्पर्शाने गुलाबाच्या पाकळ्यांनी मला नाहू घालत आहेत. कनोजी गुलाब बरे का? ज्यूस नि फळे यांचा आहार. बदाम, जर्दाळू खातखात मॉर्निंग वॉक. आल्यावर खजूर लाडू नि कसलेसे पेय ध्यान झाल्यानंतर. मग हिरवळीवर थोडे चालणे. कधी डोसे, कधी भाकरी कधी फक्त रस मलाई. टोमॅटो सूप होतेच. कसले मस्त सूप. जेवणाचे वर्णन केले तर काय काय सुटेल तुमच्या तोंडाला. जेवणानंतरचा मुखवास तर इतका अप्रतिम, आख्खा डबा संपवावासा वाटे. पण तो फक्त अर्धा चमचा.

गालाचे टोमॅटो झाले होते आणि ओठांचे गुलाब, डोळे माझेच आहेत यावर माझाच विश्वास बसत नव्हता. माझ्याच केसांवर हात फिरवताना मलाच मोहरून येत होते. नखशिखांत कांती उजळणे म्हणजे काय हे अंगोपागी मला जाणवत होते. रोज दृष्ट काढली जात होती. घर कसले एक स्पा झाली होती माझी बेडरूम. मैत्रिणी तर डोळे फाडूनफाडून बघू लागल्या होत्या. खरेदी नेटवरून माझ्या आवडीप्रमाणे झाली, काही रंग मात्र त्यानींच निवडले होते.

तो आला. त्यानी पाहिले आणि मी लाजेने चूर झाले. बेल वाजली. धडपडतच उठले मी, काय भन्नाट स्वप्न पडले होते!

फोटो चांगले येण्यासाठी नेमके काय बदल खाण्यात करावे लागतील याचा विचार करतानाच माझा डोळा लागला होता. लग्नात फोटो अविस्मरणीय यावेत म्हणून पूर्वतयारी किती व कशी करता येते ते नकळत शिकले होते. छान जमले सगळे. मन लावून डायट केले नाही तर ते समजून घेतले. लोण्यासारखी त्वचा बघून मेकअप करणारी खूश झाली होती. सगळ्यांच्या नजरा खिळल्या होत्या माझ्यावर. आमच्या फोटोग्राफरना एकएक क्षण टिपताना धन्य झाल्यासारखे वाटत होते. फोटोग्राफीच्या आर्ट डायरेक्टरनी केलेले मार्गदर्शन खूपच उपयुक्त ठरले होते.

फोटोचा ॲलबम बघत असताना त्यांनी केलेली मेहनत आठवून माझ्या डोळ्यांच्या कडा नकळत ओलावल्या. काय खावे, काय प्यावे इथपासून ते कपडे, विधीसामग्री, डेकोरेशन. घरापासून–दारापर्यंत आणि पोरापासून–थोरापर्यंत प्रत्येक गोष्टीत फोटो काढण्याआधी केलेले आयोजन फोटोग्राफीसाठी किती उपयुक्त ठरते हे मी माझ्याच डोळ्यांनी बघत होते म्हणून विश्वास बसत होता माझा. जातीचे सौंदर्य भावनेत असते. तोंडे रंगवून जर सुंदर होता आले असते, तर सोपे होते. लाव पावडर नि हो गोरी. जुने ते सोने. लोक काही का म्हणेनात की, 'हा काय जुन्या टाईपचा बटर पेपरचा ॲलबम डिजिटलच्या युगात!' म्हणू देत बापुडे, पण ॲलबम फोटो टिकवून

ठेवण्यासाठी असतो. शो पीस नाही आहे तो. बायको हाडामासाचीच लागते ना? का तीपण डिजिटल चालेल? तंत्रज्ञान बदलले ते बदलतच राहणार पण आपण माणसे आहोत. जाणिवा मेल्या, तर रोबो होईल आपला. यंत्रमानव!

अॅलबमचे मुखपृष्ठ छान रंगवले होते. कितीही वेळा बघितला तरी समाधान होत नव्हते माझे. नावं ठेवायला जागा नव्हती. गेला महिना फोटो अॅलबम बघायला येणाऱ्यांची रीघ लागली होती. आमच्या सोसायटीने 'चर्चा करा मनमोकळी, लग्नाची फोटोग्राफी का आणि कशी?' हा कार्यक्रम भरवण्याचे ठरवले, तेव्हा आभाळच ठेंगणे झाले होते मला. पण अशाप्रकारच्या चर्चासत्राची किती गरज आहे, हे तो कार्यक्रम झाल्यावर चांगलेच समजले मला. फोटोग्राफर निवडताना घेतलेली काळजी मला चिरंतन सुख देत होती. सासूबाई आणि सासरे त्यांचेच फोटो बघण्यात गढून जाताना बघून मला समाधान वाटत होते. माझ्या आई-बाबांनी तर त्यांचे फक्त दोघांचेच फोटो असलेले कॉफी टेबल बुक बनवून घेतले होते. आमच्या ह्यांच्या फेसबुकवर सगळे लग्नातलेच फोटो झळकत होते. एक योग्य निर्णय योग्य वेळी घेतला तर काय घडते याचा कार्यानुभव घडत होता.

१७. ही वाट दूर जाते

'क्लिक.. क्लिक.. क्लिक.....'

फोटो कुठे दिसतो, तो कसा असतो? फोटो हा संगीतातील रागदारीप्रमाणे खुलतो. गाण्याचे जसे रीमिक्स केले की त्याचा आत्मा हरवतो, तसे होता कामा नये. प्रत्येकाला कोणत्या ना कोणत्या वाटेवरून रोज चालायचे असते. सोबतीला कॅमेरा असला की ही वाट समजू लागते. चला तर मग वाटसफरीला.

रस्ता, मार्ग, पायवाट आणि महामार्ग. किती प्रकारचे रस्ते आपल्याला खूप काही शिकवून जातात. चांगल्या मार्गी लाग, वाईट मार्गावरून नको चालूस ही शिकवण कायम दिली जाते. या रस्त्यांना बोलताना बघितले आहे का?

त्या एका कोपऱ्यावर एक चांभार पेटी उघडून पसारा मांडून कोणाची चप्पल कधी तुटते याची वाट बघत असतो. (क्लिक) पुढच्या वळणावर टायरचे पंक्चर

काढणारा कोणाचा टायर कधी फुटतो याची वाट बघत असतो. ज्याची चप्पल तुटते आणि ज्याचा टायर फुटतो तो वैतागतो पण ह्याला तो क्षण आनंदाचा वाटतो. (क्लिक) तो तिथे बस स्टॉपवर वाट बघत असतो तिची. कधी हात खिशात, कधी उगाच केसांवरून हात फिरवत घड्याळ शंभर वेळा बघतो. वेळ सरकत असते. मोबाईलची बॅटरी नेमकी दगा देते. समोरच्या फूटपाथवर एक युगुल रंगात आलेले असते. हा कासावीस होतो. चौफेर बघतो. शेंगदाणे विकणारा नजर बरोबर हेरतो. गजरेवाली बाई समोरून फेऱ्या मारू लागते. इतक्यात ती 'सॉरी हं राजा!' म्हणून त्याला हात मिळवते आणि गजरा घ्यायला लावते. (क्लिक)

पानांची गादी, लस्सीचे दुकान, वडापावचा ठेला, डेअरीच्या दुकानात कोल्डड्रिंक, स्टेशनरीच्या बाजूला ज्वेलर्स. गंमतजंमत असते या वाटेवर. फोटो काढताना भान नाही राहत.

'पदरावरती जरतारीचा मोर नाचरा हवा, आई मला नेसव शालू नवा...' अशी गावाकडची वाट. नागमोडी वळणाची तर कधी सरळ सुसाट. धक्के देत अडखळणारी नि उतारावर घसरणारी. हिच्या कडेवर फळवाले, भाजीवाले, ढाबे आणि गोळ्या बिस्किटे काय जिरागोळ्या विकणारेपण ठाण मांडून बसलेले असतात. (क्लिक) कलिंगडाची पाले, झाडाझुडपांची रोपे, मडकी, भांडी, फुलदाण्या नि चक्क थोर पुरुषांचे पुतळे सोबतीला असतात. अंजीर, केळी, चिकू, काय नाही इथे जे चित्र बनून

साकारता येते. ऋतूप्रमाणे तिचे रंग बदलतात. लाल मातीचा धुरळा उडवत जाणारी लाल गाडी. एस.टी.ला लाल रंग ठरवणारा कलाकार असणार हे नक्की. धोधो पावसात रॉ रॉ असे घसा खाकरत चढणारी ती ट्रकची रांग. 'मुका घ्याल तर फुकाल', 'जाऊ द्या ना घरी', 'दादा वहिनीचा आशीर्वाद', 'ताईची कृपा', अशी नामावली पाठीवर मिरवत चालणारे टँकर, कंटेनर आणि जगदंब किंवा 'भिऊ नकोस मी तुझ्या पाठीशी आहे' असे सांगणाऱ्या नखरेल गाड्या. (क्लिक) सायकलवरून किंवा झेंडे घेऊन चालत जाणारे साईभक्त. मेंढपाळ मेंढ्या घेऊन 'हररर हूप्प ह्यॅ ह्यॅ' करत चालताना हलत असते ती वाट. किती आणि कशाकशाचे फोटो काढाल?

घाटावरती सडा शिंपितो रविराज कसा, तो पाहणे एक मेजवानी आहे. सळसळणारी वनराई, झुलत्या पारंब्या, झोंबरा वारा, नारळाचे झुले, पोफळी, आंबा, पाय पसरून बसलेला पारिजातक. घारू, मैना, पक्ष्यांचे बागडणे. ससाण्याची झेप आणि वाघाची डरकाळी. गिधाडाची भूक आणि घुबडाचे सी सी टीव्ही कॅमेरे इथेच दिसतात. (क्लिक) गुलमोहर नि बहावा फुलतो नि पारिजातक सडा घालतो. उंबराची फळे अंगणात गालिचा अंथरतात. बांगड्यांची किणकिण अंगण सारवत असते. कोंबड्याची बांग 'ऑल ईज वेल' सांगते. भू भूचा भू भूत्कारतो नि चिव चिव शी काव काव स्पर्धा करत असतो. टिपताना असे क्षण वेळ कमी पडते. या वाटेवर काय नाही? मला तर ही पंचामृतासारखी भासते.

मुंबईत नरिमन पॉईंट न रि मन म्हणजे 'नको रे मना क्रोध हा अंगिकारू, नको रे मना मत्सरी दंभ भारू', याचे प्रतीक. कधी कोणाचे काय दुखेल नेम नाही. हमरीतुमरीवर येणे म्हणजे काय हे इथे स्पष्ट दिसते. (क्लिक) पादचारी आणि वाहने तू आधी का मी आधी. फोटो काढताना खूप मजा येते. एका बाजूला वजन कमी करण्यासाठी रंगीबेरंगी धावणारे नि एका बाजूला वजन दाखवण्यासाठी पुढे सरकणारे. मुंबईचे रंगढंग जागोजागी दिसतात. गिरगावाच्या बोळातून मिरवणाऱ्या चाळी, मलबार हिलवरील बंगल्यांचा तोरा. काळबा देवीच्या नाक्यावरील ब्रून मस्का. चव असते या सगळ्या फोटोंना. गेटवेवर थिरकणारा ताज आणि कुलाब्याच्या दांडीवरला माज. ससून डॉकवर फडफडणारी मासळी नि भांगडा खेळणारे खेकडे. गिरगाव चौपाटीवर मॉलीशपासून-पॉलिशपर्यंत. चर्चगेटवर पेपरवाले नि शेअर टॅक्सीवाले. (क्लिक) हे जग मीच जिंकणार अशा आविर्भावात झपाझप चालणारे तरुण-तरुणी. कांदे-बटाटे पोत्यातून ओतणारे लोकलचे डबे. सुटलो रे बाबा! म्हणत धावणारे माणसांचे थवे. हवशे-नवशे-गवशे इथेच भेटतात कॅमेऱ्यात बंदिस्त करायला. मुंबई मिरवते सगळे रंग घेऊन. मोर्चे, धरणे, उत्सव अगदी प्रेतयात्रापण दिमाखात जातात. जगाच्या पाठीवर फोटो काढण्यासाठी मुंबईसारखे शहर नाही. पावभाजीच्या गाड्या, पाणीपुरीवाले,

तंदूरी चिकन, फॅशन स्ट्रीटचे रंग, चौपाटीवरले प्रेम, मघई पानांचा विडा नि रंगीबेरंगी चपलांचा सडा लिंक रोड वर.

जरी सरी परी धडका बसतो उरी, अशी कपड्यांची दुकाने. खवय्यांसाठी रान मोकळे. फूलबाजारात फुलतात मळे. रानडे रोड जगतो सगळे सोहळे. बर्फाचे लाल लाल गोळे, म्हातारीचा गुलाबी कापूस, कोवळे हिरवे जाम, चन्यामन्या बोरे, विलायती चिंच, रायआवळे, रंगाची ही दुनिया. मला तर ही एक रांगोळी वाटते.

लग्नाचा सीझन आला की सजलेले हॉल आणि वाड्या, फुलांच्या रोषणाईने नटलेल्या गाड्या.

फोटोग्राफरचे हॉलबाहेरील ताटकळणे. कंटाळा न करता सिझनमध्ये कधी एका टोकाला, तर कधी दुसऱ्या टोकाला मिळेल त्या वाहनाने वेळेवर हजर राहून हसतमुखाने बिनचूक काम करणाऱ्या या प्रकाश चित्रकाराला सलामच करावासा वाटतो. फुलवाले, भटजी, केटरींग, बुफे आणि न्याहारीची तयारी करणाऱ्यांची लगबग बघितली की कौतुक वाटते. प्रत्येक जण आपण घेतलेली जबाबदारी पार पाडण्यासाठी धावत असतो. कोणालाही कोणत्याही कारणासाठी दांडी मारता येत नाही की कामे पुढे ढकलता येत नाहीत. एका लग्नाच्या दिवशी एका केटरींग व्यवस्थापकालाच देवाज्ञा झाली तरी-शो मस्ट गो ऑन!

फोटोग्राफरला तर कधीकधी जेवणपण मिळत नाही. सकाळपासून कधीकधी मध्यरात्र उलटली तरी ते काम करत असतात. दुसऱ्या दिवशी पुन्हा सकाळी हसतमुखाने दुसरीकडे हजर. वाटा फक्त चालण्याच्या नसतात चांगल्या कामाचीपण एक वेडी वाट असते. नजरेचीपण एक सौंदर्य टिपणारी वाट असते. जन्म झाल्यावर पहिले पाऊल टाकतो ना, तिथूनच सुरू होते प्रत्येकाची वेगवेगळी वाट. रंग, ढंग, साथ नि संगत देत असते ही वाट. लग्नाच्या दिवशी जीवनात वळण घेणारी सोनेरी वाट. या समारंभाच्या साजरेपणावर साज चढवण्यासाठी चालत असते. त्यावर उपजीविका करणाऱ्यांची सर्कसवाट.

चला तर मग चित्रित करू या हे सगळे रंगवाटांचे वाटवाटणाऱ्या ढंगांचे.
वर-वधू चालती वाट सप्तपदीची
फोटो टिपून ठेवतो अलगद वाट निगुतीची
आशीर्वादे मनातुनी सारे देती जनरीती
अमृताचे घास रांधती गोडाधोडा संगती
निघते वेळी जड होई वाट, हीच खरी नियती!

१८. दृष्टिकोन

ऊस डोंगा परी रस नोहे डोंगा
काय भुललासी वरलिया रंगा

रस आणि त्याची व्युत्पत्ती जीवनात पदोपदी होत असते. शांत, उग्र, हास्य, प्रेम, आनंद, करुणा असे अनेक रस घडणाऱ्या घटनेतून निर्माण होत असतात. आपण ते अनुभवतो पण ते टिपून ठेवताना मात्र त्यातील रसरंग कसा टिपावा तेच विसरतो.

एखाद्या गोष्टीकडे बघण्याची पद्धत प्रत्येकाची वेगळी असते. त्यात बदल करण्याची तयारी तो समज चुकीचा आहे असे समजल्यावरच होते. फक्त जाणून घेण्याची मानसिकता असावी लागते. चांगले विचार सांगायला जितके सोपे असतात, तितकेच आचरणात आणणे सोपे नसते.

तिचे शब्द कानात घुमत होते. ती आली होती फोटोग्राफी शिकण्यासाठी.

तिला मी वेडिंग फोटोग्राफी शिकणार का? असे म्हणताच तिची प्रतिक्रिया मला चमकवून गेली.

"वेडिंग... नको नको... त्यात काय शिकायचे? ते काय कोणी पण करतो! फोटो काढायचे आणि कोणत्याही लॅबमध्ये दिले की अॅलबम छापून मिळतो!"

दृष्टिकोन असा का झाला? लग्न म्हटले की ते खरोखर झाले आहे आणि आमचे एकमेकांवर किती प्रेम आहे, आमचे नातेवाईक आणि मित्रमंडळी आम्हाला किती आवडतात याचा पुरावा म्हणून फोटो. एखाद्याचा फोटो अॅलबममध्ये दिसला नाही, तर 'उगाच गेलो होतो लग्नाला. माझा एक फोटो नाही काढला. लग्नाला आलेल्या प्रत्येकाचा फोटो आलाच पाहिजे' ही भावना.

आपल्या देशातील लग्न समारंभ या शब्दातच अर्थपूर्ण रस भरलेला आहे. दोन्हीकडच्या मंडळींनी सम प्रमाणात जगूया याचा केलेला आरंभ म्हणजे सम आरंभ. भारताइतके सर्वांगसुंदर लग्नसोहळे जगात कुठेही होत नाहीत हे माझे स्पष्ट मत आहे. खरे तर फोटोग्राफी हा विषय आठवीपासून शाळेत असायला हवा. पण का नाही? असा विचार कोणी करतच नाही. अलीकडे निदान काही ठिकाणी याचे वर्ग सुरू झाले आहेत. आमच्याकडे आठ वर्षांपासून ते बहात्तर वर्षांपर्यंत शिकायला येणारे बघून आनंद होतो. निदान फोटोग्राफी शिकण्याची मानसिकता तयार होते आहे.

वेडिंग फोटोग्राफीकडे व्यवसाय म्हणून बघितले, तर कधीही बंद न होणारा हा व्यवसाय आहे. खर्च करण्याची मानसिकता आणि खिशात पैसे असणे हा प्लस पॉईंट असतो. लग्नसमारंभात केटरर, डेकोरेटर, डिझायनर, मेकअप, आणि सगळे सगळे बदलले पण फोटोग्राफर अजूनही अडखळतोय. क्लायंटला असे हवेय ना मग? काय करणार? बाबा रे, लोकांना हवे त्यापेक्षा आपण करतो ते त्यांना आवडले तर शोधत येतील ते तुम्हाला. वादळात भरकटण्यापेक्षा त्याच्याशी झुंज दिल्याशिवाय यशाची निर्मिती होत नसते.

सगळ्यात कठीण ही वेडिंग फोटोग्राफी आहे आणि तिला मानाचे स्थान मिळवून देण्यासाठी यात बदल होणे आवश्यक आहे. यात अॅक्शन रिप्ले नाही आणि चुकीलापण माफी नाही मग महत्त्व का कमी आणि बिदागी? इथे वातावरणपण असे की कुठून धक्का लागेल याचा नेम नाही. कॅमेरे चोरीला जाण्याचे एकमेव हक्काचे ठिकाण. काय नाही आहे या वेडिंग फोटोग्राफीत? मग पैसे देताना विचार का केला जातो? काय नाही इथे? फॅशन, ग्लॅमर, फूड, लँडस्केप, पोट्रेट, चाईल्ड, सिनियर सिटीझन, आणि हो, चांगले काम केले तर कायमस्वरूपी एक कुटुंब आपले होते. आपल्यामागून आपले नाव टिकविणारा हा व्यवसाय आहे. फोटोग्राफी एक संवेदनशील जाणीव आहे. कोणता कॅमेरा चांगले फोटो काढतो यापेक्षा मी चांगले फोटो काढतो

हा विचार रुजायला हवा. चित्रकार नेहमी त्याला जे भावते ते चितारतो तसेच जे मनाला भिडते ते फोटोग्राफीत आणले, तर प्री-वेडिंगसाठी समुद्रकिनारे शोधावे लागणार नाहीत. मी कँडिड करतो असे सांगावेपण लागणार नाही. मला आठवते ते मोनालीसा नि मॅरलीन मॅन्रो यांचे चित्र. काय आहे त्यात ज्यासाठी जग वेडे होते? आपल्याकडे किती अत्याधुनिक सामुग्री आहे यापेक्षा आपले विचार किती आधुनिक आहेत हे महत्त्वाचे. कोणती आधुनिक सामुग्री होती आपल्या पूर्वजांकडे, ज्यांनी अभेद्य किल्ले बांधले होते? लग्नाच्या फोटोग्राफीतील क्षण असेच किल्ले बांधतात. मनाचे कवडसे जर टिपू शकलात, तर अ‍ॅलबम बोलका होईल. लग्नाची फोटोग्राफी ही जगण्यातले प्रत्येक रस दाखवते, फक्त ते जाणता यायला हवेत. आज जे सॉफ्टवेअरच्या माध्यमातून होते, ते यापूर्वीपण होत होते. आपण यापेक्षा काही वेगळा विचार का करू नये? हळद, मेंदी, संगीत, विधी आणि स्वागत समारंभ एकएक क्षण त्याचे अस्तित्व घेऊन अवतरतो. त्याचे साक्षीदार आपण असायाला हवे. नजरेने योग्य वेळी योग्य ते टिपता आले, तर तो क्षण अजरामर होतो. लहान वाटल्या, तरी छोट्याछोट्या गोष्टीत पूर्वआयोजन केले असेल तर त्याला अधिक उठावदारपणा येतो. व्यक्तिमत्त्वाचे चित्रीकरण हीच यातील जमेची बाजू आहे. आज डिजिटल तंत्रज्ञान हे आपल्याला किती सोप्या प्रकारे हाताळता येते. चित्रविचित्र गमतीजमती करण्यापेक्षा विचारांच्या गाभ्यात शिरलो, तरच खरा हिरा गवसतो. वेडिंग फोटोग्राफर आणि फोटोग्राफी याला चांगले दिवस आणायचे असतील, तर म्यूझिक अ‍ॅलबम, हँडलवाला अ‍ॅलबम, डिजिटल बुक या

पलीकडे जाऊन उत्तम व्यक्तिचित्रण करा असा विचार जनमानसात रुजला पाहिजे. एकदाच येणाऱ्या या क्षणांचे महत्त्व आपण समजून जर चित्रित केले, तर त्याला एक वेगळाच आयाम मिळेल. आपले महत्त्व आपण केलेल्या कामामुळेच जन्म घेते. कोणत्याही फोटोग्राफीसाठी जसा अभ्यास आवश्यक असतो, तसाच तो वेडिंग फोटोग्राफीसाठीपण असतो. दृष्टिकोन बदला, जग बदलेल. मी सुरुवात केली आहे आपणपण करू शकता.

१९. चाळ

प्रगती झाली म्हणजे नेमके काय झाले! शाळेत असताना प्रगती पुस्तकावर सही आणणे हे एक दिव्य होते. कितीही चांगले मार्क मिळाले, तरी एखादा विषय लंगडी घालतच असे. बस्स! त्याच गोष्टीवरून कधी आईच्या, तर कधी बाबांच्या भावनांना धक्का लागायचा. पण पहिला नंबर आला की बाबा स्टुडिओत नेऊन फोटो काढायचे. तो फोटो अगदी वेगळाच दिसत असे.

फोटोग्राफी मला तेव्हापासूनच आवडू लागली. भाव या शब्दातच किती भाव दडलेले आहेत.

नात्यांमध्ये या भावांना एक वेगळाच भाव असतो. प्रगतीने आता हे इतके सोपे केले आहे की त्या भावनेतल्या भावाचा भावच उतरू लागला आहे. कॅमेऱ्यातूनच फोटो टिपणे ही कला आत्मसात करण्याचा मी चंग बांधला तो लहानपणीच. आई

दिवस, बाबा दिवस, भाऊ-बहीण दिवस, प्रेम दिवस साजरे करून वर्षाचे पांग एका दिवसात फेडण्यापेक्षा योग्य क्षण साधून मी त्यांचे फोटो काढते. आजी-आजोबा नि आई-बाबा गप्पा मारत असताना त्यांचे बोलणे रेकॉर्ड करते. त्यासाठी पण खास वेळ काढते. मला आठवतो तो मॅट्रिक परीक्षेचा निकाल. जुनी अकरावी. मी चाळीत राहत असे. आता चाळ म्हणजे काय? यावर निबंध होईल. चाळ म्हटले की भावनांचा खजिना. त्या वेळी 'चाळ नावाची वाचाळ वस्ती' ही टी.व्ही. सिरीयलपण आली होती. एक एक फोटो काढण्यासारखेच इरसाल नमुने होते त्यात. अनेक आठवणी मनाच्या कवाडात रुंजी घालतात चाळीची आठवण झाली की. परीक्षेच्या निकालाच्या दिवशी आणि निकाल लागल्यावर पेढे वाटणे हा एक समारंभ असे. असूया, आनंद, दुःख (जे नापास झाले आहेत) संमिश्र भावनांची कोशिंबीर होती ती. मी कॅमेरा घेऊन तयारच राहत असे पेढे देणाऱ्याचा उत्साही फोटो काढायला.

चाळीतील मुलांची नावेपण मंदा, शोभा, अनघा, मनीषा अशी. नावांमध्येपण एक भावना दडलेली आहे. चाळीच्या कोपऱ्यावर उभे राहून चांगले मार्क मिळाल्याचा तोरा मिरवणे ही त्या काळची फॅशन होती. त्यात एखाद्या मुलाने कोणा मुलीकडे नुसते बघितले, तरी ती उगाचच लाजून चूर होत असे. आता लाजून चूर होणे म्हणजे काय? हे आजकाल समजणे कठीण होतेय कदाचित.... अय्या, ईश्श, चावटच आहे मेला! रुसणे, फुगणे, हुंदडणे हे शब्द माझ्या फोटोग्राफीच्या अॅलबममध्ये सापडतातच. हरवल्यासारखे वाटले, तरी फोटोत टिपले आहेत मी ते.

मंदाचे लग्न झाले तर तिच्या पाठवणीच्या वेळी आख्खी चाळ रडली होती. फोटो काढतानापण भरून आले होते मला. तिचा बिचारीचा पाय निघत नव्हता. वसंता लग्न करून आला तर सगळी चाळ नाचत होती. सून दामलेंची नाही, तर आमच्या चाळीची झाली होती. सगळी वाडी हजर स्वागताला. फोटोच फोटो मिळाले. अॅलबम बघण्यासाठी चाळकऱ्यांनी नंबर लावले होते. भावनेला भाषा नसते पण हात असतो. पकडून बघा! जमेल. भावनेला हात घालणे म्हणजेच असे सगळे भाव फोटोतून टिपणे.

जन्म, बारसे, वाढदिवस, मंगळागौर, पूजा, लग्न चाळ कायम साथ करत असे. कोणी देवाघरी गेले तर सगळ्या चाळीला सुतक लागत असे. सगळ्यांचे रेडीओ टी.व्ही. बंद. खाली (स्मशानात) गेलेली माणसे येईपर्यंत आंघोळीचे पाणी. पिठले, भात शेजारी बनून तयार असे. विशेष म्हणजे आपण काही मदत करत आहोत याचा लवलेश नाही. किती थोर कर्तव्य भावना होत्या! काय नाते होते त्या जाणिवांना! भावनांचे झरे नव्हे, धबधबे वाहत असत तिकडे. अनघा घरी आली नाही तर मनीषाची आई काळजी करत असे. एका घरात शिजलेले दुसऱ्या घरातील ताटात दिसणारच.

आपटेंचा सदा मासे खायला शिकला तो इथेच मांजरेकरांकडे. मी काढला होता त्याचा फोटो गपचूप पापलेट खाताना. सखी शेजारिणी तू हसत रहा.. म्हणायचा काळ होता तो. नळावर भांडण झाले तरी लीला वहिनींना आंबट ताक आवडते म्हणून आशावहिनी ते नेऊन देणारच. नळावर पहाटे उठून पाणी भरणे म्हणजे काय? या विषयावर चित्रपट निघू शकतो. त्या भांडणाचे फोटो काढले म्हणून मारपण खाल्ला होता मी आणि वर पत्रकारिता म्हणतात याला हे रडत सांगितलेपण होते. शाळेत जाताना सगळी बच्चे कंपनी एक साथ. वाटून घेणे म्हणजे काय हे सगळ्याच बाबतीत चाळ शिकवते. आता काय मिक्सर आला (मोबाईल) जाणीव, भावना, ओढ, प्रेम, आपुलकी हे काय ते समजून घेण्यासाठी आता वेळ आहे कोणाला? पळतोय सगळे आपण. का? कशासाठी? कुठे? माहीत नाही. पण प्रगती झाली हे मात्र नक्की. मी मात्र सोडत नाही कोणालाच फोटो काढल्याशिवाय.

आपण जगतो म्हणजे नेमके काय करतो? झोपतो, उठतो, जेवतो, कामे करतो, पैसे कमावतो. आपल्याला कोणीतरी चालवत असतो. कोणीतरी काही दाखवत असतो.

आपण चालत असतो, बघत असतो. काय? कसे? विचारायचे नाही. कारण वेळ नाही. सगळेच प्लॅस्टिक होत चालले आहे. लग्नाच्या फोटो ॲलबममध्येपण घासून पुसून स्वच्छ केलेले निर्विकार चेहरे. 'सॉफ्टवेअर सोप' से मन की सफाई सबके काम आई.

अंतरंगात डोकावणारी, नेत्रसुखद वाटणारी, मनाला गुदगुल्या करणारी फोटोग्राफी रेनकोट घालून फिरते आहे असे वाटते. जगण्यात जोश, विचारांत दिशा आणि नजरेत चमक असायला हवी तरच जे हवे ते करता येते आणि जे हवे तेच दिसते. सगळे सोपे झाले तर जगण्यातली फोडणी तडतडणार नाही. गोष्टी घडत नाहीत, घडवाव्या लागतात. फोटो येत नाही, तो काढावा लागतो. एका लग्नात सत्तरीच्या आजीने 'अय्या!' म्हटले आणि काय फोटो मिळाला. ढिनच्याक एकदम! बघितला की मनाला भिडतो. आता भिडणे म्हणजे काय ते नका विचारू! तंत्राचा मंत्र उच्चारता आला तर चमत्कार नक्कीच घडू शकतो. प्रयोग करून बघा. एकदा मस्त ईश्श म्हणा आणि फोटो काढा. टवटवीत व्हाल मेकअपशिवाय.

आपण व्यवसाय करतो म्हणजे आपण काहीतरी कोणालातरी विकतो. कधी ती वस्तू असते तर कधी सल्ला असतो. फोटोग्राफीत आपण काय विकतो? फोटो का फोटो अॅलबम? मला वाटते फोटोग्राफरच प्रॉडक्ट आहे. फोटो काढण्यापूर्वी केलेला विचार, वापरलेली अक्कल, विचार जितका सुंदर आणि त्यामागील कल्पकता ह्याचीच होते ती त्या फोटोची किंमत. तुमच्याच कंपनीने आमच्याकडे फोटो काढले पाहिजेत, खर्च किती होईल ते बघू. असे जेव्हा सांगितले जाते तिथेच त्या कलेचा सन्मान होत असतो नि कलाकाराचा स्वभिमान दुणावतो. पुन्हा न येणाऱ्या क्षणांचे मोल पैशाने होत नसते. फोटोग्राफी करणे सोपे आहे पण समजणे कदाचित कठीण आहे.

२०. वागणूक

जशी द्यावी तशीच ती मिळते. आपल्याला जे मिळते ते आधी आपण काय देतो त्यावर अवलंबून असते. पाण्यात मीठ टाकले तर ते गोड लागणार नाही आणि अप्सरेने वाकडे बोलले तर सरळ ऐकू येणार नाही. फोटोग्राफर ही एक व्यक्ती नसून ती एक जमात आहे ज्यात भिन्न भिन्न जाती नांदत असतात. विवाह समारंभ हे असे एकच ठिकाण आहे जिथे 'राव' आणि 'रंक' एकाच मांडवात जमलेले असतात. समाजातील दोन विभिन्न स्तरपण एकत्र आलेले दिसतात. विवाह हा दोन समाजांना एकत्र करणारा खरे तर एक सामाजिक उपक्रम आहे. त्या ठिकाणी प्रत्येकाला भान असते ते मी कोण आणि कसा आहे याची ओळख या ठिकाणी आपल्या आप्तस्वकीयांना होणार आहे याची. फाटके, मळके कपडे घालून कोणीही या ठिकाणी हजर राहत नाही. नट्ट्यापट्ट्याची स्पर्धा भरलेली असते. जिभेचे चोचले पुरवण्यासाठी सप्तरस घेऊन

खानसामे हजर असतात. मुदपाकखान्यातून नवरसांचा सुगंध दरवळत असतो. दृष्टीला जे जे पडेल, ते ते सर्व सुंदरच असते. हे सारे छान टिपण्यासाठी फोटोग्राफरपण छानच असावा लागतो. छान म्हणजे दिसायला सुंदर नव्हे बरे!

आपल्याला जेव्हा आपण फोटो काढायला येऊ शकाल का? असे विचारले जाते, तिथूनच याची सुरुवात होते. आपण स्वतः त्या दिवशी उपलब्ध आहोत ना याची खात्री करून घ्यावी. काम मिळत आहेत म्हणून एका वेळी अधिक कामे घेऊन कोणालातरी पाठवून पाट्या टाकण्याकडे कल असू नये. कला साकारायची असेल, तर तिला पूर्ण न्याय देता आला पाहिजे. केवळ नफ्यासाठी व्यवसाय करणे यापेक्षा कामाचे ब्रँडिंग कसे होईल याला महत्त्व द्यावे. कोणत्याही गोष्टीतील घाई ही कुठे ना कुठे फटका देतेच. क्लायंटने दिलेल्या वेळेआधी दहा मिनिटे पोचण्याची सवय हवी. कोणत्याही मीटिंगला निघण्यापूर्वी आपण निघालो असा मेसेज किंवा कॉल आवर्जून करावा. कामाच्या दिवशी आपल्या सहकलाकारांनापण असा मेसेज पाठवावा. आता पहिला प्रश्न येतो याला खर्च किती येईल? प्रथम संपूर्ण लग्नाचे स्वरूप समजून घ्यावे. लग्नाचे ठिकाण बघून त्याची रेकी करावी. आपण ज्यांच्यासाठी काम करणार आहोत, त्यांची आवडनिवड तसेच त्यांच्या अपेक्षांची जाणीव ठेवून मग आपण काय करणार आहोत त्याची पूर्ण कल्पना द्यावी. गरजेनुसार काही बदल करण्याची तयारी ठेवावी.

मी कोण आहे? माझे नाव किती मोठे आहे? मी यापूर्वी किती मोठीमोठी कामे केली आहेत हे सांगू नये. त्यांना काय अपेक्षित आहे हे समजले तर काम करणे अधिक सोपे जाते. यासाठी येणारा खर्च सांगताना त्यांची खर्च करण्याची किती तयारी आहे याचा अंदाज घ्यावा. कलाकाराला मानधन त्याची कला आणि त्या कलेची जाण बघून समोरच्यांनी ठरवले तरच ते योग्य असते. लग्नाची फोटोग्राफी ही एक अशी कला आहे ती सर्वांना हवी तर असते, पण तीच फक्त महाग वाटत असते. याचे कारण काही वेगळे काही न देता फक्त डॉक्युमेंटेशन केले जाते. कोणीही फोटोग्राफर सर्वसाधारण किमतीत फोटो काढायला तयार असतो. मला नेहमी असे वाटते 'माझ्या बायकोचा फोटो पन्नास रुपये' असे कसे? कला कधी तागडीत मोजता येत नाही. आपण करत असलेल्या कामात वैविध्य आणि कलात्मकता असेल, तर फोटोग्राफीसाठी तुमची निवड झालीच म्हणून समजा.

फोटोग्राफीचे करारपत्र भरून घेण्यापासून याची सुरुवात होते. असे करारपत्र करणे दोघांच्याही फायद्याचे असते. यात विवाह समारंभासाठी ठरवलेल्या सर्व कार्यक्रमाच्या तारखा, सुरू होण्याची आणि संपण्याची वेळ, आपण देणार असलेल्या प्रत्येक सेवेचा उल्लेख स्पष्टपणे करावा. फोटो ॲलबम कसा असेल? फोटोंची संख्या,

त्यांची निवड कोण करणार यांचा उल्लेख. ॲडव्हान्स पेमेंट किती, आणि शिल्लक पेमेंट करण्याच्या वेळा यात लिहाव्यात. दिलेल्या वेळेपेक्षा अधिक काळ थांबावे लागले, तर त्यासाठी लागणारे अतिरिक्त शुल्क नमूद करावे. कुटुंबातील एकाचा भ्रमणध्वनी क्रमांक घ्यावा. लग्नाच्या दिवशी काही अडचण आल्यास ती व्यक्ती आपल्या उपयोगी पडू शकते. आपण काढलेले फोटो आपल्या प्रसिद्धीसाठी दाखवणार असाल, तर त्याची परवानगी घेणे आवश्यक असते. व्हिडीओसाठी वर, वधू आणि त्यांचे माता-पिता यांच्या नावाचे स्पेलिंग, मराठीत असेल तर ऱ्हस्व-दीर्घ समजून घ्यावेत. आपले जे काही ठरेल, त्याचा नीट उल्लेख करारपत्रात असेल तर काही गैरसमज झाले की त्याचा उपयोग होतो.

फोटोग्राफर हा व्यावसायिक असण्याबरोबर एक विनम्र कलाकार असावा लागतो. आपण करत असलेले कामाचे ज्ञान आणि त्याचा अभ्यास चांगली कला साकारताना उपयुक्त ठरते. युनिफॉर्म किंवा कंपनीच्या नावाची टोपी अथवा जॅकेट शक्यतो असू नये. फोटोग्राफरची आयडेंटिटी वेगळी उठून दिसली नाही, तर सहजतेने फोटो काढणे सोपे होते. पेहराव असा असावा, की फोटो काढताना हालचाल करणे सोपे जाईल. नाडी असलेले बूट वापरू नये. आपण फोटो काढायला आलो नसून आपल्या नात्यातील लग्नाला आलो आहोत असे आपण दिसले पाहिजे. समारंभातीलच एक जण आहोत असे दिसले की काम सोपे होते. आपल्या बॅगेत एखादे फळ,

बिस्किटचा पुडा आणि पाण्याची बाटली ठेवावी. आपला असिस्टंट सामानाकडे लक्ष ठेवून बसेल याची ताकीद त्याला द्यावी.

गुरुजींशी संवाद साधण्याची कला जमली तर बरेच उपयोगी पडते. विवाहवेदीवर चुकूनपण पादत्राणे घालून चढू नये. स्लीपर चुकूनपण वापरू नये. आपला आणि आपल्या सोबत्यांचा वावर सहज असावा. आपण इथे फोटो काढण्यासाठीच आलो आहोत याचे भान सुटता कामा नये. आपल्याजवळ एक माचिस आणि कापूर वडी ठेवावी. होमाच्या वेळी उपयोग होऊ शकतो. क्लायंटच्या परवानगीनेच जेवण्यासाठी जावे. काम बंद करण्यापूर्वी किमान तीनवेळा पूर्वसूचना द्यावी. आपल्या सोबत असलेल्या सोबत्यांची संख्या आणि नावे याची यादी करारपत्रासोबत जोडावी. विवाहस्थळी किमान एक तास आधी आपण पोचलो तर खूप सोयीचे होते. आपले सहकारी कामाशिवाय मध्येच उभे राहणार नाहीत याची काळजी घ्यावी. कोणी मान्यवर व्यक्ती आलेली असेल, तर फोटो काढताना विशेष काळजी घ्यावी. उगाचच पुढे पुढे करून जवळीक साधण्याचा प्रयत्न करणे आगाऊपणा केल्यासारखे वाटते. कधीकधी तोंडावर पडायला होते. आपण कसे आहोत, कसे दिसतो यापेक्षा आपले कामच आपली कायमस्वरूपी ओळख निर्माण करणारे असते. एकदा एका कुटुंबात आपण केलेले काम थोडेसे मागेपुढे असेल तर चालून जाते, पण आपली तसेच आपल्या सर्व सहकलाकारांची वागणूक छान असेल तर ते कुटुंब येणाऱ्या कोणत्याही कार्यक्रमात तुम्हाला विसरणार नाही. धाग्या धाग्याने विणलेले हे वस्त्र अखंड आपले नाव असंख्य नाती जोडून ठेवेल. आपण स्वतः पण एक ब्रँड असतो हे विसरू नये.

२१. प्री-वेडिंग

एक वेगळा विचार. एक नवीन कल्पना. झाडामागे फिरणे, उगाचच उचलून घेणे आणि अनावश्यक गोष्टींना थारा न देता 'जे न देखे रवि ते देखे कवी' असे चित्रण करणे. प्रेमाचा देखावा मांडण्यापेक्षा लग्न जसे जुळले, तसेच्या तसे फिल्ममध्ये उतरवले तर? कधी ते जमवलेले असेल तर कधी प्रेमाचे प्रकरण. हा विचार मनात आला नि मी कामाला लागले.

त्या दोघांशी बोलताना मला त्यांच्या प्रेमाचे गुणाकार भागाकार सापडले. त्यांना मी काय करणार आहे याची कल्पना दिली. निशा कॉलेजच्या गेटवर मैत्रिणींबरोबर गुफ्तगु करत होती. घंटी वाजली. कॉलेज सुटले. तीच होती त्याच्या जीवनाची शिल्पकार. हसणे किती मोहक होते तिचे. मानेला झटके देत मस्त बोलते. नजर हटत नाही तिच्या मुखकमलावरून. हे शेवटचे वर्ष आहे त्याचे नि तिचे.

आयडियाची कल्पना. तो सरळ तिच्याकडे गेला नि नोट्सची वही पुढे केली. ''हाय निशा! तुला नोट्स हव्या होत्या ना?'' असे म्हणत मैत्रीचा हात त्याने पुढे केला तेव्हा त्याला समजले, हिचे नाव निशा नसून आशा आहे. पहिला एपीसोड शूट झाला.

तो आपसूक बोलून गेला, ''निशा नाही तर आशा. निशेतच आशा असते नाही का?'' निशा डोळे वटारून बघत होती. त्याला पुढे काय बोलावे ते समजत नव्हते. निशा बोलून गेली, ''ओ मिस्टर, आपण कोण ते समजेल का रोमीओ?'' ''आशा, आशा मी क क क किरण...'' आशेला किरण भेटला. तो क्षण पुन्हा जिवंत झाला. चला दुसरा टेक ओके झाला. कॉफी डे जवळच होते. दोघांनी मस्त गप्पा मारल्या. वाटले नव्हते आशेचा किरण इतक्या लवकर सापडेल. उद्या कॉलेजच्या मागच्या गल्लीत भेटणार तेव्हा पुढचे शूटिंग. नेहमी एक काळजी घ्यावी की एका दमात सगळे शूट उरकू नये. ज्यांचे प्री-वेडिंग शूट करणार आहोत, त्यांना एकमेकांना भेटताना सहजता आली पाहिजे. तुमच्या असण्याची दखल घेणे ते जेव्हा विसरतील तेव्हाच चांगली स्मरणचित्रे मिळतील.

स्टॉपवरच उभी होती ती त्याची वाट बघत. काल रात्री व्हॉटस अप वर मने जुळली होती त्यांची. गेले होते तेपण शूट करायला. त्याच्या आईने दम भरला, ''किऱ्या झोप आता!'' शूट करताना मात्र गंमत वाटत होती. किरण आणि आशानेपण छान साथ दिली. काही फोटोग्राफी त्यांच्या घरी पुन्हा पूर्वीचा घटनाक्रम जुळवून करावी. असे फोटो घेताना मुलींच्या बाबतीत घरातले वावरणे जसे स्वैपाकघर, अभ्यासाची जागा, तिचे घरात वावरणे. लग्नानंतर एका रात्रीत त्या अवखळ मुलीची सौ. झालेली असते. ज्या घरी ती पंचवीस-तीस वर्षे राहिलेली असते, ते सोडून एका दिवसात तिचे सगळे राहणीमानच बदलते. आठवे आश्चर्यच आहे ते.

काल बसने तो भेटायला गेला, तर ''रिक्षा का नाही केलीस?'' म्हणून तिने राग केला होता. लाडाने 'चम्या' बोलते ती त्याला. तिने बोलले तर चालते. आई 'किऱ्या' म्हणते ते नाही आवडत. पण हिचे 'चम्या, चम्या' झकास लागते कानाला राव अगदी चमचमीत. असे त्यांच्या आवाजातील शब्द व्हिडीओत पकडावेत. त्यांना उगाचच निरनिराळी साधने हाती देऊ नये. ज्या गोष्टी कृत्रिम असतात त्या भावनेत रंग भरण्याऐवजी त्यात असहायता आणतात. प्रेम हे डोळ्यांत दिसते ते तसेच जाणवले पाहिजे.

आज वरळीच्या समुद्र किनारी शूट चालू आहे.

आता रिक्षा नाही, चक्क बुलेट. सुसाट फिरत आहेत दोघे. तिची फडफडणारी ओढणी झकास पकडली होती कॅमेऱ्याने. असेच कायम दोघे प्रेमात राहू देत असा विचार करत होते नि मागून आवाज आला. फट फट फट फट.

महालक्ष्मीच्या मंदिरात समोर गुडघे टेकून त्याने 'माझी होशील का?' विचारले. छान मुरकली आणि हात पुढे केला. त्याने हळूच अंगठी सरकवली. सागराच्या लाटा मोजत सगळ्यांनी भज्या खाल्या मूगडाळीच्या. ती म्हणाली, ''चम्या, मी उच्च शिक्षणासाठी परदेशी जाणार आहे. एक वर्ष.'' त्याने अगदी तोच मूड आणला, जेव्हा ती खरेच परदेशी गेली होती. शांतता....

घरातील काही जणांना यात सामील केले तरी काही छान आठवणी मिळतात. प्री-वेडिंग खरे तर तिकडून आलेले फॅड आहे. परदेशात लग्ने अगदी शिस्तीत केली जातात. त्यामध्ये मोकळेढाकळे कोणी वागत नाही. त्यासाठी लग्नाआधी दोघांना सोबत घेऊन फोटो काढण्याची पद्धत आहे. आपल्याकडे लग्न साजरे केले जाते. त्यातील गोजिरेपण टिपावेसे वाटले, तर त्या क्षणांची पुनरावृत्ती केली की सोजिरे फोटो मिळवता येतात.

ती जाणार समजल्यावर वाळू सरकली होती त्याच्या पायाखालची. एक वर्ष एक तप वाटले होते त्याला. ती आज येणार होती. सकाळीच विमानतळावर शूट

करायचे योजले होते. विमान दुपारी येणार पण न जाणो लवकर आले तर? व्हॉटस अपने एक वर्षात त्यांची वीण घट्ट विणली होती. तो तिला 'आ' नि ती त्याला 'कि' हाक मारत होती. आता चम्या नाही. आता झणझणीत तडका. वाट बघत बसलेले त्याचे फोटोपण खूप काही सांगत होते. त्याने आता होंडा सिटी घेतली होती. ती धावतच आली नि आशा किरणला बिलगली. आजचा एपीसोड पूर्ण झाला.

गाडीतून सिटी पालथी घालत होते दोघे. अकसा बीच हे दोघांचे आवडते ठिकाण. आशा बोलत होती, ''किरण आता भटकंती पुरे. आशेला किरण व्हायचेय. अगदी भोळा सांब बनून रेघोट्या मारू नकोस. हं! असा काय बघतोयस रिक्षावाल्या सारखा? चावटपणा पुरे घरी चौघडे वाजतायत. खूप 'मुंबई मेरी जान' करून झाले, आता फक्त सात पावले.'' आजूबाजूला गर्दी जमली होती. सिनेमाचे शूटिंग आहे असे वाटल्याने रिकामटेकडे तोंड बघत होते आणि आमचा एक अध्याय पूर्ण झाला होता.

प्री-वेडिंग म्हणजे हे लग्न कसे जमले त्याची गोष्ट. जे नाही ते ओढूनताणून दाखवण्यापेक्षा जे आहे त्यात गोष्ट शोधली, तर ती खरीखुरी गंमत असते. खर्च करायचा म्हणून खास कपडे खरेदीची गरज नसते. प्रेम हे डोळ्यांतून व्यक्त होताना दिसते, त्यासाठी शब्दांची गरज नसते. ठरवून केलेल्या लग्नातपण खूप गमतीजमती असतात. प्रेम ही एक अशी भावना आहे की ती न बोलता खूप काही सांगून जाते. लग्न ज्या दिवशी जमते, त्या क्षणी डोळे चमकतात. हुरहुर लागणे म्हणजे काय ते समजते. आतुरतेने वाट बघणे, भेटीसाठी व्याकूळ होणे, ताटकळत राहिले की चिडचिड करणे आणि भेट झाली की सारे विसरून मिठीत विसावणे. हे जर टिपता आले, तर प्री-वेडिंग शूटला एक वेगळा आयाम मिळतो. प्रत्येक वेळी तेच तेच बदाम हाती घेण्यापेक्षा नवीन कल्पना साकारता येते.

'बोले चूडियाँ बोले कंगना'ची झिंगच वेगळी. असा व्हिडीओ हा त्यांच्या जीवनात घडलेल्या घटनेचा इतिहास म्हणून कायस्वरूपी स्मरणात राहतो.

टीप

१) कला दिग्दर्शक फोटोग्राफरसोबत असणे आवश्यक.
२) शूटिंगची योजना आणि गोष्टीची स्क्रिप्ट तयार करून ती दोघांनी अभ्यासावी.
३) मेकअप आणि केशरचनाकार सोबत असावेत.
४) शूटिंगची जागा त्यांना परिचयाची असावी.
५) किमान तीन जण वाईड, टेली आणि फिक्स फोकल लेन्स घेऊन सोबत असावेत.

६) त्यांचे खास मित्र-मैत्रिणी सोबत आले तर मजा येते.

७) एका दिवसात सारे शूट उरकणे योग्य नाही.

८) स्वतःची गाडी असावी. सोबत खानपान असू द्यावे. हॉटेलात जाण्याचा वेळ वाचतो.

९) दोघांना पूर्ण स्वातंत्र्य द्यावे. अनावश्यक मंडळींना सोबत नेऊ नये.

१०) आपल्या साहित्याची काळजी घेणारा व आपल्याला नेमके कधी काय लागते हे समजणारा चपळ सहकारी सोबतीला हवा.

२२. दिग्दर्शन

फोटोग्राफी करण्यापूर्वीची तयारी म्हणजे काय, हे कधी कधी समजवण्याचा प्रयत्न करूनही उपयोग होत नाही. त्यांचे आपले एकच चालू असते. माझ्या एकुलत्या एका मुलीचे लग्न आहे. त्यांना फोटोग्राफीसाठी खूप काही छान छान गोष्टी करून हव्या असतात. तुमच्याबरोबर किती जण टीममध्ये आहेत तेवढेच विचारतील. कोणत्या कंपनीचे कॅमेरे आपण वापरणार आणि किती लाईट्स आपण लावणार? एक ना दोन निरर्थक प्रश्नच खूप असतात. आपल्यालाच मी फोटो काढायचे काम का देऊ? असे नाही कोणी विचारत. फक्त बिल किती होईल? हे महत्त्वाचे.

जगातला कोणताही कॅमेरा फोटो काढत नाही हे कोणाला सांगून पटणार नाही. लाईट्सची गरज का आणि किती आहे हे लोकेशन बघितल्याशिवाय सांगता येत नाही. मेकअप कोण करणार आहे? डेकोरेशन बद्दलची माहिती. ईनडोअर की

आऊटडोअर. डेस्टीनेशन असेल तर तिकडे व्हिजिट करावी लागते. कपडेपट निवडताना जातीने लक्ष द्यावे लागते. मुलीच्या खाण्यापिण्याच्या सवयी समजून घेणे. अशा अनेक गोष्टी आणि त्यांची आखणी करावी लागते हे कोण समजून घेणार? निःशब्द होतो आपण.

प्रतिष्ठित व्यक्ती कधी कधी डेकोरेशन, कपडेपट, मेकअप असे जे जे काही लागेल, ते तुम्ही आजपर्यंत बघितले पण नसेल त्यापेक्षा अप्रतिमच योजत असतात. त्यांची माणसे जे जे उत्तम असेल, ते निवडण्यासाठी झटत असतात. एका महिन्यावर कार्य आले, तरी फोटोग्राफीसाठीमात्र मुलाखत घेणे चालूच असते. फोटोग्राफर्सनीपण त्यांच्याकडे असलेल्या सामानाची यादीच दिलेली असते. ड्रोनपासून स्लायडर, नि गो प्रो कॅमेऱ्यापासून जिमी झीपपर्यंत अत्याधुनिक सामग्री असते त्यांच्याकडे. आपण काही वेगळे करतो असे समजलेले असते म्हणून आपल्याला बोलावतात. सुरुवात तर अशी करतील की 'बोला लवकर, खूप उशीर झाला आहे. लग्नाला दोन हजार माणसे येणार आहेत. येणाऱ्या प्रत्येकाला हॉलीवूड चित्रपटाचे शूटिंग चालले आहे असे वाटायला हवे. लोकांनी नंतर म्हणायला नको. एक चांगले फोटोग्राफी युनिट नाही मिळाले यांना म्हणून. तुमची बिदागी सांगा नि सोबत सामानाची यादी जोडा. मॅनेजर आगाऊ रक्कम देतील.' असे सहज बोलून मोकळे होतात. सगळे काही विचारतील पण एकदाही 'आपण फोटो छान काढता का?' असे नाही विचारणार.

त्यात काय विचारायचे? तुमच्याकडे अत्याधुनिक सामग्री असेल तर फोटो चांगलेच येणार असा समज होणे स्वाभाविक आहे. लोकांनी म्हटले पाहिजे, फोटोग्राफीसाठी अशी उपकरणे कोणत्याही लग्नात बघितली नव्हती. दिखावा नि देखावा हेपण लग्नसमारंभात आपली श्रीमंती दाखवण्याची गोष्ट होत आहे. बोलण्यात काही अर्थ नसतो. इतकेच बोलावे, "नाही करू शकत आपले काम. मी कलाकार आहे. आणि हो, मी काही वेगळेच करतो हे मात्र खरे आहे." बाय बाय.. करून निघून जावे. 'आ' वासून बघत बसतील मग..आपण करत असलेले काम आणि ते कसे करतो हे मांडण्याची पद्धत खूप महत्त्वाची ठरते. आपल्या बरोबर असणाऱ्या साधनांसोबत तुम्ही स्वतः तिथे उपस्थित राहणे जास्त महत्त्वाचे असते. आपले म्हणणे मोजक्या शब्दांत मांडून विवाह समारंभाची फोटोग्राफी म्हणजे बक्षीस समारंभाची फोटोग्राफी नाही हे समजवता आले, तर आपले काम सोपे होते. पैशांची घासाघीस त्याच ठिकाणी होते जिथे तुम्ही काढलेले फोटो आणि इतर फोटोग्राफरनी काढलेल्या फोटोत विशेष फरक नसतो. चांगल्या गोष्टी, भावांकित चित्रे आणि आपलेपणा दाखवणारे बोल यांना छान दाद ही मिळतेच. फोटोचा अॅलबम आणि व्हिडीओ कसा असेल हे पण तितकेच महत्त्वाचे. प्री-वेडिंग फोटोग्राफीसाठी आपल्याकडे स्वतःच्या

संकल्पना असाव्या लागतात. कामाचे स्वरूप हे कलाकृती निर्मितीला कसे मदतनीस आहे हे समजावले तर खूप सोपे जाते. एकदा आपले काम घेतले की त्या दिवशी दुसरे कोणतेही कितीही मोठे काम आले तरी आम्ही ते घेत नसतो हा विचार एक वेगळाच विश्वास देऊन जातो.

लग्नाची फोटोग्राफी करायची नसते. ती एक आपोआप घडत जाणारी प्रोसेस आहे. संपूर्ण समारंभाचा अभ्यास केल्यावर आपल्याला त्यातील बारकावे दिसू लागतात. घरातील प्रत्येकाचा स्वभाव, त्यांच्या अपेक्षा. नवरा-नवरी या दोघांची एकमेकांना समजून घेण्याची भाषा. सजावटीमागील कल्पना. मित्र-मैत्रिणींचा उत्साह. खाण्याच्या सवयींपासून ते रंगाची आवड निवड. आपण करणार आहोत ते तुमच्या समारंभातील आनंदाचे चित्रण, ही फोटोग्राफी नसून तुमच्या घरात घडणाऱ्या अनेक अमूल्य क्षणांचा ग्राफ आहे. आपल्याला जितके लग्नाआधी घरातल्या लोकांबरोबर मिसळून गप्पा मारता आल्या, तरच तुम्ही प्रत्येकाच्या प्रोफाईलचा अभ्यास करू शकता. लग्नाचा पोर्टफोलिओ न करता स्पोर्टफोलिओ शूट करता आला, तर त्यांच्या संसारात एका रत्नाची भर आपण घालत असतो. लग्नाचा सगळा समारंभ आटोपला, थकवा दूर झाला, नव्याची नवलाई कमी झाली की अशाच एका सायंकाळी दोघे लग्नाचा फोटो अॅलबम बघत असताना तो दिवस त्यांच्यासमोर जिवंत होतो आणि आपल्या कलेला खरी पावती मिळते.आपण आज काय फोटो काढले यापेक्षा आपण काढलेले फोटो किती वर्षे त्यांच्या लक्षात राहिले हे महत्त्वाचे. पैसे तर सगळेच कमवतात पण दुसऱ्याला आनंद देणे आणि मग आपण आनंदी होणे हे या लग्नाच्या फोटोग्राफीतील खरे कसब आहे.

आपल्या गाठी असे कुटुंबीय असतील, तर ही नाती जन्मजन्मांतरीची ठरतात.

२३. विचार एक समज..

    सोनेरी क्षणांचे सोबती. सुरुवात होते ती 'टॅहॅ टॅहॅ'पासून आणि जाणवू लागते बोबड्या बोलातून. जाण्यासाठीच क्षण येत असतात. हळूहळू सारे वेगळे भासू लागते. सोन्यासारखे क्षण आले असे सहज का बरे म्हटले असेल? सोने साऱ्या जगाला प्रिय. त्याचा मोह कोणाला नाही आवरता आला! सगळ्या छान आठवणी म्हणूनच नेहमी सोनेरी असतात. घडी अशीच राहू दे असे जरी वाटले, तरी ती बदलत राहते, बदलणारच असते. वेळेला कोणी थांबवून ठेवू शकत नाही. तो थांबतो तेव्हा सगळेच थांबलेले असतात. जपून ठेवावे असे अनेक क्षण येतात प्रत्येकाच्या आयुष्यात. आठवणीत मात्र कडू त्याच लक्षात राहतात. जन्म-मृत्यूच्या या कबड्डीत आपण फक्त खेळत असतो सारे. सारीपाटावरील सोंगटी जरी असलो, तरी गंमत असते या जगण्यात. 'आपण अमर आहोत' या धुंदीत नाचत असतो सारे. पण अमर असतात त्या फक्त

घटना. बालपण, तारुण्य नि पिकलेपण या तीन प्रहरात त्या घडत असतात. कधी छान, तर कधी महान. कोण घडवते यांना? आपण आणि आपले विचार. जीवन वेलीवर रोज एक नवे फूल उगवत असते, एक नवा विचार जन्म घेत असतो.

असेच काही क्षण पुन्हा परतून न येणारे, मनाच्या हिंदोळ्यावर झोके घेत असतात. तो जपून टिपतो त्यांना. एक विचार, जो या कॅमेऱ्यामागे उभा असतो. ज्याला असते जाणीव नेणिवेपलीकडील. जगत असतो तो तुमच्या आनंदात. हवे हवेसे क्षण गेल्यानंतर जाणवतात. पण तो विसरत नाही. आपल्या नकळत तो अलगद त्यांना टिपतो नि ओंजळ भरभरून देतो तुमची त्या पारिजातकांनी.

प्राजक्त! पांढऱ्या शुभ्र फुलांवर केशरी किनार. सडा पण पडतो त्या रविकराच्या केशरी रंगात. उगवतात एकीकडे पण पसरतात दुसरीकडे. विवाहासारखी गोड गोष्ट घडते तुमच्या जीवनात. तो फक्त निमित्त असतो त्या क्षणांना हेरून पुन्हा तुम्हाला देण्यास. चिरंतन सुखाचा ठेवा. नकळत न समजत अगदी सहज उमटतात भाव चाफेकळीवर नि मदनबाण मोहरतो. तो फक्त बघत नाही; तर ते क्षण तो चितारतो या प्रकाश चित्रात.

जीवनाच्या प्रत्येक टप्प्यावर तो भेटेल तुम्हाला. साद द्या, कधीही तो 'ओ' देईल. कुठेही असा, हसाल तेव्हा तो तिथेच असेल सोबतीला. एक विचार जो या कॅमेऱ्यामागे सदैव कार्यरत असतो.

२४. डिजिटल

टपोरे चांदणे हसतहसत पसरले होते,
झकास मस्त हात पाय पसरून अंगणात.

रातराणी घमघमत होती वाऱ्याच्या रोमारोमात. सागराची गाज काळजाला
हात घालत होती.

पावलांनी लाटांच्या तालावर नाचायला सुरुवात केली होती. फार काळ बघवला
नसावा हा नृत्याविष्कार नियंत्याच्या नियतीला. डिजिटल युग बाळसे धरू लागले होते.

कल्पनेचा आविष्कार एका नवीन युगाच्या दारातून अलगद अंतरीच्या गाभ्यात
झंकारू लागला आहे. खेळ मांडियेला वाळवंटी दारी! किती घेशील दोन्ही करांनी.
वाळूचाच चमत्कार तीन्ही लोकी नांदू लागला आहे. नारदाचा तंबोरापण 'नारायण!
नारायण!' न म्हणता डिजिटल डिजिटल बोलत आहे.

डिजिटल युग ऐन तारूण्यात बागडू लागले. जळी, स्थळी, पाषाणी त्याचे हुंकार दुमदुमत होते. असा मनाचा कोणताही कप्पा नव्हता, जिथे या डि चे डमरू डमडमत नव्हते. डम डम डिगा डिगा!

माझी अवस्था अशी झाली होती की सगळे कसे सोपे सोपे वाटू लागले. आपण मुळी काही करायचेच नाही. विचारपण नाही करायचा. मनात यायचा अवकाश जे हवे ते नि पाहिजे तितके सारे आपोआप घडणार. प्रेम, राग, हास्य, रडू, आनंद नि सारे सण आणि समारंभ याने गिळले होते. वामनाचे जणू तिसरे पाऊल. डिजिटल.

भस्मासुराची गोष्ट आठवली. उन्मादात तो शिवाच्या शिरीच हस्त ठेवण्याची हिम्मत दाखवत होता. डार्क रूम आठवली. लाल दिव्याच्या उजेडात याच नळीतून येणाऱ्या प्रकाशाने किती चमत्कार घडवले होते. तोच प्रकाश आता आकडेमोड करत उलगडत होता इतकेच. कोणाकडे वेळ उरणारच नाही याची तो दखल घेतो. आसमंतातून त्याच्या तिसऱ्या डोळ्यांनी प्रत्येक हालचाली चोख निरखणे हे त्याचे नित्याचे अविश्रांत काम. स्वातंत्र्य नकळत त्याच्या हातातली कठपुतळी होत आहे याची जाणीव होताना मला ज्यूलीयस सीझरने 'ब्रूटस! यू टू?' म्हणाल्याचे आठवते.

आपण यावर मात करायचीच. युगाच्या वादळात सापडण्यापेक्षा त्या वादळ वाऱ्यांना आपल्या कवेत घेऊन आपल्याला हव्या त्याच शिडात भरू या आणि नाव आपल्याला हव्या त्याच दिशेने हाकत नेऊ या. असे नाही झाले, तर कदाचित उद्या

आपल्याला चालवण्यासाठी कळा बसवलेल्या असतील. अल्लाउद्दीनसारखे आपण दिवा घासू, तेव्हाच डिजिटल सेवेला हजर असेल असे घडवले पाहिजे. कारण दिवा अजून आपल्या हातातच आहे.

वेडा म्हणतील कदाचित आपल्याला, पण या क्रांतीची सुरुवात केली नाही, तर आपण त्याचे गुलाम होणार हे नक्की. तंत्रज्ञान आपल्यासाठी की आपण त्याच्यासाठी हे ठरवण्याची वेळ आली आहे. प्रगती होणारच. नवे शोध लागणार, नाही लागलेच पाहिजेत. टी.व्ही.वर शेकडो चॅनल्स असले, तरी रिमोट आपल्या हातात असतो. आपण काय ऐकायचे हे ज्या दिवशी आपण ठरवू शकू, तेव्हा बरेच प्रश्न सुटलेले असतील. टेक्नॉलॉजीचा वापर करण्याचे टेक्निक आपण शिकलो नाही, तर एक वेळ अशी येईल की आपली ओळखपण एखादा रोबोट करून देईल आणि आपण कधी कसे वागावे हेपण तोच ठरवेल. 'कालाय तस्मै नमः' म्हणत बसलो तर माझे नाव बारा, तीन तेरा असेच सांगावे लागेल, तुरुंगातल्या कैद्यासारखे. डिजिटल ओळख. कधी जर यंत्र तुम्हाला ओळखायला विसरले, तर प्रवेश बंद.

मी सुरुवात केली आहे त्याच्या भांडारातील अनेक रत्नातील एक फोटोग्राफीचे रत्न हाती घेऊन. तो म्हणतो म्हणून नाही, तर मी सांगतो तसेच फोटो येतील. सातरंगांना सात पावलांवरूनच चालावेच लागेल. आठवा सूर नाहीच सापडणार कारण तो फक्त आपल्या कल्पनेतच नांदत असतो. पकडता मात्र आला पाहिजे.

कलेचा बाजार होऊ द्यायचा नसतो. सब घोडे बारा टक्के, तर आपला तेरावा. आपण निर्मिलेला. आपल्याला हवा तसा. चौसष्ट कला नि चौसष्ट विद्या आपण आपल्यासाठी निर्मिल्या त्या आपल्याला आवडेल तशाच बहरल्या पाहिजेत. लागेल काही वेळ या तेराव्या घोड्यावर ठाण मांडून उधळायला. पण आपले वारू आपणच चालवू या. चित्रांना दृष्टी आहे असे भाव ती पाहणाऱ्यांच्या मनात येईल तो दिवस आपला असेल, आपला, कलाकारांचा.

जे दिठीशी न पाहिजे ते दिठीविण देखिजे
जरी अतिंद्रीय लाहिजे ज्ञानबळ..

२५. कॅमेरा

प्रेम हे कशावर जडते ते सांगता नाही येत. मग ते तिचे किंवा त्याचे नसते. त्यांच्या विचारांनी ते बहरते आणि टिकते. याला ना असते वय आणि धर्म, जात नि भाषा. ओळख असते ती फक्त एकच, कोणीतरी आहे जे मला समजून घेते. हाच विचार मला फोटोग्राफीसाठी मार्गदर्शक ठरला.

हसतील, बसतील, हसून खिदळतील. हो, नक्कीच, पण त्यांना पकडून ठेवणारा कॅमेरा आणि तोच आज बोलतोय माझ्याशी.

'काय गं अशी तू? जेव्हा बघावे तेव्हा मला घेऊन निघतेस. जरा मी काय म्हणतो ते तर ऐक, तुझ्या भावनांना मी समजतो नि चित्रित करतो. मला काय वाटते याचा विचार केलास कधी? कोणी मला गळ्यात, खांद्यावर नि हातात झुलवत नेतो. मी गपगुमान दिलेले काम करतो म्हणून माझ्या पोटात काहीही ढकलता तुम्ही. पूर्वी बरे होते (रोल होते तेव्हा) घास मोजता येत होते. बारा नि मग छत्तीस. जबरदस्तीने

चाळीस फोटोपण भरवत होतात तुम्ही. आता मला अजीर्ण झाले तरी तुमचे आपले 'खळ खटॅक' चालूच. कधी कधी त्रास होतो या सगळ्याचा. डिलीटच करायचे होते, तर काढण्याच्या आधी विचार का नाही करत? जेवताना घास घेण्याआधी ठरवता ना? मला पण त्रास होतो जे दिसेल ते काहीबाही गिळायला. नको होते तरी काढायचे आणि काढण्यासाठी मेहनत मी करायची. तुम्ही परत त्याच्यावर विनाकारण सोपस्कार करून क्रेडिट देता त्या सॉफ्टवेअरला. अपमान होतो माझा. मला कसा हाताळायचा हे माहीत नसेल तर माझी काय चूक? कधी कधी माझे काही चुकले तर सांभाळून घेण्यासाठी सॉफ्टवेअरचा उपयोग करायला माझी हरकत कधीच नसते. मात्र मी पकडलेले क्षण नष्ट करून बदलण्याचा अधिकार कोणी दिला याला? मी काही करतो म्हणून तुझी किंमत आहे. जळी-स्थळी-पाषाणी माझ्याशिवाय सगळे अडते. मी नसतो, तर गतस्मृतींना अभ्यासाकरता कसे जपता आले असते? माझा उपयोग करताना माझी देखभाल करणे हीपण तुमचीच जबाबदारी आहे. कधीतरी आठवण झाली की माझ्याकडे बघू नका. मला कसे ठेवावे. माझ्या कळा फिरवताना थोडे सावकाश हाताळले तर मलापण आनंद होतो. माझी शक्ती असते ती बॅटरी. तिला व्यवस्थित चार्ज केले की मी खुशीत असतो. माझ्या डोळ्यांच्या रक्षणासाठी तुम्ही फिल्टर लावता. फोटो काढताना लेन्सहूड वापरता. मला नीट काम करता यावे म्हणून मोनोपोर्ड किंवा ट्रायपॉडचा वापर करता, खूप बरे वाटते मला. मला समजून घेण्यासाठी तुम्ही थोडे परिश्रम घेऊन योग्य प्रशिक्षण घेतलेत, तर माझ्याकडून खूप छान गोष्टी करून घेऊ शकाल. मी सोबत असलो की तुमच्या कल्पनेला नवीन कल्पना सुचतात. मला तुमच्या गळ्यातला दागिना म्हणून तुम्ही मिरवता, तेव्हा मलाच माझा अभिमान वाटतो.

कॅमेरा काव्य

विनायक पुराणिक

१

एक फोटो काढून झाला की
तिथेच थांबायचे नसते
जीवनात नेहमी कॅमेऱ्यासारखे जगायचे असते
निशेच्या चित्रात जशी दिसते उषेची नशा
दाही दिशा फिरून पुढे सरकायचे असते
जीवनात नेहमी कॅमेऱ्यासारखे जगायचे असते
फोटो बघून जसे क्षणभर सुख मिळते
तरी अजून फोटो काढत ते
अधिक मिळवायचे असते
जीवनात नेहमी कॅमेऱ्यासारखे जगायचे असते
फोटो बोलत नाही खोटे नि लपवत नाही काही
ताकाला जाऊन भांडे लपवणाऱ्या या जगात
जीवनात नेहमी कॅमेऱ्यासारखे जगायचे असते
घडून गेलेले क्षण आठवत तो जगत नाही कधी
कारण नवीन क्षण निर्माण करायचे
त्याने व्रत घेतलेले असते
जीवनात नेहमी कॅमेऱ्यासारखे जगायचे असते
आला नाही एखादा फोटो जरी,
तरी रडत बसायचे नसते
पुन्हा एकदा क्लिक करून
नवीन काही मिळवायचे असते
जीवनात नेहमी कॅमेऱ्यासारखे जगायचे असते

२

किती सहज सांगतोस कॅमेऱ्याने फोटो काढला.
दिसते मी तुझ्या नजरेत, वाचतोस तू मला

नि वेडा सांगतो, कॅमेऱ्याने फोटो काढला?

डोळे माझे बोलतात, अधर अधीर होतात, अंतरपाटाच्या मागे कडा हळूच ओलावतात

नि वेडा सांगतो, कॅमेऱ्याने फोटो काढला.

पावलावर पडते पाऊल, सप्तसूर निनादतात, हृदयी प्रीत उलगडते, कटाक्ष तरी मागे वळतात

नि वेडा सांगतो...

लाजून चूर झाले, त्याची करांगुली स्पर्शात, लाजाहोमात नजर थिरकते, गुपित सांगे कानात

नि वेडा सांगतो....

खिडकीतून मंगलसूत्राच्या, स्वप्न बघे डोळ्यांत, नजरेला नजर भेटते, लाली उतरली गालात

नि वेडा सांगतो.....

संधिकाल तो असा हळुवार, हुरहुर होई मनात, मापावरती पाय थबकला, नवीन दिशा जीवनात

नि वेडा सांगतो....

लाजले, हसले, मुरडले, तोच तिरप्या नयनात रडले, रुसले, फुलले, चाफ्याच्या गंधात

नि वेडा सांगतो....

तो नि मी, मी न तो, सहजीवनाची सुरुवात, सख्याच माझा सांगतो मला, चल जाऊ गगनात

नि वेडा सांगतो...

खुळा रे खुळा मीच तर सारे दिले तुला

नि वेडा सांगतो, कॅमेऱ्याने फोटो काढला.

३. काय आहे ही फोटोग्राफी?

दुसऱ्याच्या मनातील भाव शोधणे
कला आहे फोटोग्राफी!
त्याचे/तिचे सौंदर्य
एका चौकटीत टिपणे
ही कला आहे फोटोग्राफी!
साप, अजगर, वाघ यांची भयानकता,

ऊन-वारा-पाऊस यांची पर्वा न करता
सुंदर क्लिक टिपणे
ही कला आहे फोटोग्राफी!
सूर्याची आग-चंद्राची शीतलता,
डोगंर-गड-दऱ्यांची मज्जा टिपणे
ही कला आहे फोटोग्राफी!
पाना-फुलांचे सौंदर्य,
रंगाचे रंगेरंगेलीपण,
निसर्गाचे सुंदर रूप,
किल्ले-वाड्यांचा इतिहास
पुन्हा जिवंत करणे
ही कला आहे फोटोग्राफी!
स्वतःचे अस्तित्व विसरून
दुसऱ्याचे अस्तित्व शोधणे
व्यक्तिमत्त्वाला फ्रेम करून ठेवणारी
ही कला आहे फोटोग्राफी!
चिखलात कमळ,
लहान मुलाचे हसणे-रडणे
आजी-आजोबांचे स्मित हास्य टिपणे
ही कला आहे फोटोग्राफी!
मोबाईलचा सेल्फी असेल
किंवा 'डीएसएलआर'चा क्लिक
आंतरराष्ट्रीय बाजारात
लाखोची किंमत ही कला आहे फोटोग्राफी!
लग्न कार्यात पैसा मिळतो म्हणून नाही
तर काही आठवणी वर्षानुवर्षे सोबत राहाव्या म्हणून जोपसलेली
ही कला आहे फोटोग्राफी!
लोकांसाठी महागडा शौक असेल,
टीका करणाऱ्यांसाठी टाईमपास असेल
पण एका फोटोग्राफरसाठी
देवासमान कला आहे
ही फोटोग्राफी!

४. प्री-वेडिंग

हाती धरुनी बदाम चला नाचू झाडाभवती
फेर धरुनी नाचू आनंदे उचलून तिला वरती
अधरावरती भिंगरी फिरते मनात हसते प्रीती
'प्री-वेडिंग'चा सोहळा झुलतो झुला धरतीवरती
तळ्यामध्ये ती छान सुंदर कमळे उमलती
बसलो काठी माझी सखे साथ सोबती
लाजेल का ती आता जवळ आल्यावरती?
'प्री-वेडिंग'चा सोहळा झुलतो झुला धरतीवरती
गेलो डोंगरावरी नभ आले माथ्यावरती
धावत पळत आली ती कवेत उतारावरती
ऊन पडले कडक, छत्री डोक्यावरती
'प्री-वेडिंग'चा सोहळा झुलतो झुला धरतीवरती
लग्नाआधी शिकू या सारे प्रेम कसे करती?
शिकवणी चालू आहे हसावे कधी नि किती?
चालावे कसे, बोलावे कसे, जवळ कसे घेती?
'प्री-वेडिंग'चा सोहळा झुलतो झुला धरतीवरती
डबल सीट घेऊन तिला बसू सायकलवरती
ऊड्या मारू, गाणे गाऊ हिंदोळ्यावरती
फोटोग्राफर फोटो काढती किती त्याच्या रीती?
'प्री-वेडिंग'चा सोहळा झुले झुला धरतीवरती

५. से चीज..

स्माईल प्लीज मी आलो आहे!
चला, नवरी निघाली घरून
सारे उभे राहा बघू ओळ धरून.
करवली नीट धर करी करा तोलून
ओ! ते मागचे पुढे या ना पुढे सरकून
ए! जरा थांबा मी आलो आहे
स्माईल प्लीज....
नवरा आला मांडवाखालून
वधुमाय धूते पाय खाली जरा वाकून

ओवाळती दिवे आता नारळास उतारून
चला सारे आले बघा कसे नटून थटून!
ओ काका! जरा थांबा, मी आलो आहे
स्माईल प्लीज...!
पुण्याहवाचन पूजा वरुणाची करून
नवग्रह ताम्हणी बसले जरा आब राखून
कलश लावा मस्तकी थोडे वर बघून
वरमाय हसून जरा पुढे सरके अजून
ओ गुरुजी! थांबा की जरा, मी आलो आहे
स्माईल प्लीज......!
सप्तपदीची पावले नवरी चाले जरा जपून
लाजाहोमात त्या लाह्या आल्या तडतडून
कान पिळतो भाऊराया थोडा जोर लावून
नाव रेखुनी नवे तो सांगे कानात लवून
असे काय करताय, येतो ना पाणी पिऊन
हं आता स्माईल प्लीज...!
मंगलाष्टके गोड ती म्हटली जरा रेकून
हळूच बघे तो नवरीला अंतरपाटाआडून
आता हार घालू एकामेकां नजरानजर करून
पकडा हार तो फोटो काढला नाही अजून
मी आलो आहे ना आता,
स्माईल प्लीज...!
पोज द्या छानशी बसा एकमेका धरून
तुम्ही जरा उभे रहा तिला राहू दे बसून
थोडे छान बघा तिचा हात हाती घेऊन
ओ सेल्फी वाले! जरा नंतर घ्याना फोटो काढून
आता मी आलो आहे इथे
स्माईल प्लीज...!
पाठवणीची वेळ झाली चला घ्या रडून
हळूहळू चला सगळे मोटारीत बसून
वरात गेली पुढे वऱ्हाडी मागे मान राखून
माप ओलांडले दारी झक्क नाव गाऊन

सरका तिकडे की जरा, मी आलो आहे
स्माईल प्लीज...!
झाले लग्न एकदाचे आता गोधडी देतो शिवून
जमेल ते सारे भरतो इकडचे तिकडचे जोडून
रंगरंगोटी केली किती छान मी मन लावून
घरात आलो आहे मी आता अॅलबम घेऊन
आलो ना आता मग
स्माईल प्लीज....!
कमाल आहे हसतच नाहीत?
ओके ओके से चीज.. चीज... चीजजज
जातो जातो...!

६. जय जय आर्टोग्राफी

हाता कॅमेरा रोज धरीत जावे
तरी चित्र ते पकडितो स्वभावे
जनी वंद्य ते सर्व चितारून घ्यावे
पटेना तुला ते डिलिट करीत जावे

फोटो असतो भाव सर्वा गुणांचा
मुळारंभ आरंभ तो दर्शनाचा
काढू प्रकाश मूळ आचार त्याचा
जगू मस्त आनंद तो जीवनाचा

प्रभाते मनी विषय चिंतीत जावा
पुढे सापडे निश्चये तो असावा
चित्र चितारणे सोडू नये तो
जनी तोच तो जगी प्रिय होतो
मना कल्पना खोट्या न ये रे

मना सर्वथा सत्य तेची टीप रे
मना कलेची नीती सोडू नको हो

मना अंतरी खरा विचार राहो
मना सत्यसंकल्प जीवी धरावा

मना खोटेपणा तो सोडून द्यावा
मना कल्पना सदा सौंदर्याची
करू दे जना उगीच की ची ची
नको रे मना खोट अंगिकारी

नको रे मना मिसळती विकारी
नको रे मना लोभ हा अंगिकारू
नको रे मना मत्सरू दंभ भारू
मना पटे तेच चित्रित जावे

मना आवडे तेच रोजी करावे
स्वये सर्वदा दास कॅमेऱ्याचा
सदा ध्यास तो नव्या मार्गिकेचा
चित्र काढता कीर्ती मागे उरावी

मना सज्जना हेची क्रिया धरावी
मना प्रकाशापरी तू प्रसावे
परी अंतरी नवे चित्र ते रचावे
जय जय आर्टोग्राफी समर्थ!